Fimm furðusögur fyrir svefninn

Ásgrímur Hartmannsson

FIMM FURÐUSÖGUR FYRIR SVEFNINN

First edition. May 14, 2022.

Copyright © 2022 Ásgrímur Hartmannsson.

ISBN: 979-8215208458

Written by Ásgrímur Hartmannsson.

Also by Ásgrímur Hartmannsson

Þrjátíu & ein nótt
Óhugnaðardalurinn
DAGNÝ
Úti að borða með yfirstéttinni
Líkþrá
Fimm Furðusögur Fyrir Svefninn
Undan Ströndum Portúgal

Efnisyfirlit

Könguljónið

„Það er búið að éta skúringakellinguna," sagði Gunni í símann, leit aftur í átt að leifunum, og bæti við aðeins lægra: „aftur."

Það var mjög dimmt í kjallaranum, svo hann og félagar hans, Þórður og Benni urðu að notast við vasaljós til að sjá hvert þeir voru að fara.

„Skúringakelling!" leiðrétti hann viðmælanda sinn skömmu seinna.

Félagar hans litu upp.

„Nei, ég ætla að redda þessu sjálfur," sagði hann svo, og hristi riffilinn, „ég ætla að skjóta þetta stökkbreytta gerpi áður en það veldur meira tjóni!"

Hann slökkti á símanum.

„Ert viss um að þetta sé lík?" spurði Þórður hann, „þetta lítur nefnilega út eins og æla."

„Og lyktar eins og æla," sagði Benni.

„Þetta er lík, þetta er til dæmis greinilega fótur," sagði Gunni og sparkaði í fót sem lá í gumsinu, „og þarna er annar, aðeins stærri," sagði hann og benti.

Þeir höfðu bara rambað fram á þetta þegar síminn hans Gunna hafði hringt. Þetta var afar stór pollur af illa þefjandi jukki sem var búið að labba ofaní og dreifa aðeins um, og voru fatalufsur til hliðanna, auk þess sem þessir tveir fætur voru þarna enn, með mismikið eftir af leggjum. Þegar betur var að gáð fannst líka hluti af hendi.

„Komum okkur héðan, þetta lyktar ógeðslega," sagði Þórður.

Þeir tóku hann á orðinu og röltu lengra inn eftir dimmum ganginum, Þórður og Benni með vasaljósin í annarri hendinni og riffilinn í hinni, en Gunni svolítið á eftir með riffilinn í báðum höndum.

„Hvaða skepna er þetta segirðu?" spurði Benni.

„Þetta er könguljón, sambland af könguló og ljóni," svaraði Gunni.

„Hvernig þekkjum við það ef við sjáum það?"

„Það lítur út eins og ljón að mestu leiti, nema það er blátt á litinn og með átta augu," sagði Gunni.

„Eru til bláar köngulær?" spurði Þórður.

„Það veit ég ekki," svaraði Gunni, „en köngulóin sem þeir notuðu í þetta var ekkert blá. Það veit enginn af hverju þetta dýr er blátt, það bara er það."

„Og hvað gerir svona könguljón?" spurði Þórður, „erum við að fara að festast í einhverjum vef?"

„Nei. Eftir því sem ég best veit gerir það ekkert annað en að borða skúringakonur," sagði Gunni.

„Hvernig nær það í þær?" spurð Benni.

„Dóri hleypir gæludýrinu sýnu út á nóttunni stundum, og þá fer það hingað niður í kjallara þar sem er hlýtt og notalegt og nælir sér í eina ef hún á leið hjá. Það var ekki alltaf þannig. Hann hleypti til dæmis þeirri fyrstu inn til dýrsins."

„Af hverju var hann að því?" spurði Benni.

„Til að sjá hvað gerðist, býst ég við, þú þarft að spyrja Dóra."

***

Dóri stóð við lyftuna uppi á efstu hæð með Pétri.

„Það kemur til þín ef þú flautar með þessari flautu," sagði Dóri við Pétur og rétti honum fremri hlutann af blokkflautu, „við notum þetta alltaf til að kalla á það þegar við viljum gefa því lyfin sín."

„Og hvernig þekki ég það?" spurði Pétur.

„Það er blátt og loðið, svolítið eins og stór köttur," sagði Dóri.

„Af hverju er það kallað könguljón?"

„Það er eitthvað afrískt orð," sagði Dóri.

Pétur lét það gott heita.

Lyftan opnaðist.

„Jæja, ég má ekki vera að þessu, þú bara ferð niður og flautar nokkrum sinnum, og heldur lyftunni opinni þar til dýrið kemur," sagði Dóri, og teygði sig inn í lyftuna. Hann ýtti á K, fyrir kjallara, og 6 fyrir efstu hæð, og brosti til Péturs áður en hann fór.

Pétur beið rólegur á meðan lyftan seig niður í kjallara. Honum þótti svolítið undarlegt að tilraunadýrið skyldi hafa sloppið úr búrinu sínu og rölt niður í kjallara, og grunaði reyndar að Dóri væri eitthvað að spila með sig, sem aftur kveikti hjá honum forvitni um hvernig sá hrekkur átti að fara fram, svo hann lét sig hafa það.

Lyftan nam staðar í kjallaranum, og dyrnar opnuðust. Eina ljósið í kjallaranum kom úr lyftunni. Pétur steig aðeins út til að litast um, en það var ekkert að sjá. Gangurinn lá bara út í myrkrið í báðar áttir, og það var algjör þögn fyrir utan dyninn í loftræstingunni. Það var ljósarofi á veggnum, sem Pétur ýtti á. Ekkert gerðist.

Pétur kom sér fyrir í dyrunum og dæsti. Þá var bara að flauta nokkrum sinnum og sjá hvort það kæmi ekki til hans eitthvert dýr. Hann tók flautuna úr vasanum og blés. Það bergmálaði í kjallaranum.

Pétur horfði inn í myrkrið. Það var afar myrkt, og hefði þess vegna getað verið fullt af allskyns dóti, en ekkert af því gaf frá sér nægjanlegt hljóð til að yfirgnæfa suðið í loftræstingunni.

Pétur flautaði aftur. Honum fannst ágætur hljómur í flautunni, svo hann flautaði aðeins meira, og velti fyrir sér í leiðinni hvort hann gæti spilað eitthvað sérstakt á hana. Honum datt í hug að væri auðveldara með aftari hlutanum áföstum. Hann hafði einhverntíma í fyrndinni lært á blokkflautu, og ætti að geta rifjað upp einhverja takta. Til dæmis Gamla Nóa.

Hann fiktaði við þetta um stund, og var að eigin mati farinn að ná góðum tökum á þessu. Þá flaug honum í hug að athuga aðeins með þetta ljón. Hann stakk flautunni í vasann og starði inn í myrkrið.

Hann fannst sem hann heyrði fótatak, en gat ekki verið viss. Það var ekki hægt að greina neina hreyfingu í myrkrinu, en ef hann hélt kyrru fyrir og hélt niðri í sér andanum, þá fannst honum sem hann heyrði ógreinilegt þrusk bergmála einhverstaðar úr rangölunum. Þetta gat verið fótatak. Og raddir.

Pétur blés aftur í flautuna. Hann lagði við hlustir. Raddirnar urðu greinilegri en áður. Það var ekki um að villast, það voru að minnsta kosti tveir menn að þvælast þarna niðri. Pétur starði inn í myrkrið til þess að athuga hvort hann kæmi ekki auga á þessa menn bráðlega. Svo var það þetta fótatak, hljómaði eins og hundur, með klær á línóleuminu. Það kom úr hinni áttinni, og færðist nær.

Pétur heyrði það vel, og sneri sér við. Honum krossbrá þegar hann sá kvikyndið sem kom til hans úr myrkrinu. Það var umtalsvert stærra og miklu ljótara en honum hafði verið sagt að það væri. Og skoltarnir á því...

Kvikyndið skokkaði inn í lyftuna, og hálfpartinn dró hann með sér inn. Pétur hélt höndunum upp fyrir haus til þess að snerta ekki skepnuna, svo ferleg var hún ásýndum, og svo stór að það var engin leið til að hann gæti ýtt henni út eða gert nokkuð við hana.

Dýrið stillti sér upp í miðri lyftunni, og settist niður. Pétur kyngdi. Hvað átti hann nú að gera? Hann sá að lyftudyrnar voru að lokast. Hann gat kannski komist út. Hann stökk í átt að dyrunum, en var allt of seinn. Lyftan lokaðist.

***

„Var þetta lyftan?" spurði Gunni allt í einu.

„Hvað?" spurði Benni.

„Þetta hljóð, heyrðirðu það ekki?"

„Ég heyrði þetta," sagði Þórður, „þetta var örugglega lyftan."

„Vissu ekki örugglega allir af þessu dýri hérna niðri?" spurði Gunni.

„Ég held ekki," sagði Þórður.

„Kannski er dýrið búið að fatta hvernig á að nota lyftu," sagði Benni.

„Dýr með heila sem er bara meðaltalið á könguló og ljóni?" spurði Gunni, og bætti við, „ég held ekki. Einhver asni hefur sent lyftuna niður í kjallara."

Hann hljóp af stað, og hinir á eftir. Þeir komu fyrir hornið nógu fljótt til að sjá að lyftan var á leið upp. Þeir skimuðu vel í kringum sig til að vera vissir um að dýrið sem þeir voru að elta væri örugglega ekki þar. Þá tók Gunni upp símann og hringdi.

***

Dóri beið rólegur eftir að lyftan kæmi alla leið upp. Hann sá hvernig teljarinn taldi í rólegheitunum upp hæðirnar. Hann leit á klukkuna. Þetta virtist taka mikinn óra tíma.

Loks kom lyftan upp á efstu hæð. Dóri tók sér stöðu fyrri framan dyrnar rétt í þann mund er þær opnuðust. Þá hringdi síminn. Dóri tók hann og sagði: „augnablik."

Könguljónið sat þarna inni í miðri lyftunni og leit upp til hans. Pétur stóð úti í horninu, frekar aumlegur að sjá, enn með hendur upp í loft.

„Komdu Depill," sagði Dóri, og veifaði til dýrsins.

Pétur stóð enn inni í lyftunni og starði á það sem var að eiga sér stað. Dóri var að klappa þessu undarlega kvikyndi og láta vel að því. Hann staulaðist að dyrunum.

„Heitir þetta Depill?" spurði hann Dóra.

„Já, hann verður að heita eitthvað," sagði Dóri, og leit upp.

„Mikið ert þú fölur," sagði hann þegar hann sá Pétur, „er eitthvað að?"

„Nei, bara... gæludýrið þitt..." sagði Pétur.

„Þú hefur þó ekki haldið að hann æti þig?"

„Satt að segja, já, þá datt mér það í hug," sagði Pétur.

„Það voru alveg óþarfar áhyggjur," sagði Dóri og brosti, „Depill er nefnilega nýbúinn að borða."

„Ágætt. Ég ætla að fara að fá mér kaffi..." sagði Pétur, og gekk á brott.

„Komdu Depill," sagði Dóri, og gekk á undan dýrinu, sem elti hann. Þá mundi hann eftir símanum.

„Hæ, ertu þarna ennþá?" spurði hann í símann.

„Rétt heyrt, ég er með dýrið... Hmm... nei, ég get ekki leyft þér að gera það... Gerðu það bara... Nei, ég nenni ekki að tala við þig lengur. Bless."

Dóri skellti á og setti símann í vasann. Svo fór hann að finna stiga sem lá alla leið upp á þak.

***

„Helvítis gerpið er með dýrið sitt á efstu hæð!" sagði Gunni, verulega pirraður.

„Hvað gerum við þá?" spurði Benni.

„Nú, bíðum eftir lyftunni," sagði Gunni.

Svo biðu þeir.

„Við gætum farið upp stigann," sagði Þórður.

„Nenni því ekki," sagði Gunni, „við verðum líka allt of þreyttir ef við gerum það. Kannski þurfum við að draga hræið eitthvert. Ég nenni því ekki eftir að hafa hlaupið upp einhverja stiga."

„Við látum hræið bara liggja," sagði Þórður, „þeir sem hafa áhuga á því geta hirt það."

Gunni gaf honum illt auga.

Þegar lyftan kom hröðuðu þeir sér inn og ýttu á viðeigandi hnapp. Og lyftan fór af stað. Hún kom við á þriðju hæð. Þar kom inn einhver skrifstofudama. Henni var sýnilega nokkuð brugðið þegar hún sá þarna þrjá menn sem litu helst út fyrir að vera á einhverju Safaríi, en hún lét ekki á miklu bera, heldur fylgdi þeim upp.

„Eru þið á hreindýraveiðum?" spurði hún.

Þeir litu hver á annan.

„Nei, ljónaveiðum," sagði Gunni grafalvarlega.

Hún kinkaði kolli.

Lyftan nam staðar á efstu hæð og þeir stigu út.

***

Dóra tókst ekki að finna stiga upp á þak, svo hann ýtti Depli í staðinn upp í gegnum þakgluggann. Það tók á, enda var kvikyndið vel yfir 120 kíló að þyngd. En það gekk samt á furðu skömmum tíma, og Dóri flýtti sér út á eftir, því honum fannst hann heyra í þeim Gunna og félögum.

Það var smá vatnshalli á þakinu, en samt ekki meiri en svo að tiltölulega auðvelt var að fóta sig þar uppi.

„Jæja Depill, sjáum nú hvort þráðurinn virkar ekki," sagði Dóri við Depil um leið og hann nuddaði saman lófunum.

Hann fann aftan á dýrinu silkikirtlana, og dró þaðan mjóan, klístraðan þráð. Hann dró út smá spotta, og batt hann utanum þakgluggann sem þeir komu upp um. Svo teymdi hann Depil að þakbrúninni.

„Jæja Depill, ég veit ekki hvað þér finnst um að vera í svona mikilli hæð, en..." honum datt ekkert meira í hug að segja. Depill stóð bara og virtist horfa yfir bæinn, en það var erfitt að segja með vissu, enda hafði hann jú átta augu sem sneru í sitt hverja áttina.

Dóri sparkaði honum fyrir brúnina. Hann valt niður, en fór ekki langt, heldur dinglaði í lausu lofti í smá stund áður en honum tókst að fóta sig, og hóf að ganga í rólegheitunum niður með veggnum. Hann var kominn alla leið niður þegar Gunni stakk hausnum upp um gluggagatið.

„Þarna ertu þá, helvítið þitt," sagði hann þegar hann sá Dóra.

Dóri leit á hann og glotti. Það tók Gunna ekkert allt of langan tíma að klifra upp, en þegar hann var kominn upp var líka Depill búinn að losa sig og byrjaður að rölta í átt frá byggingunni.

Sem betur fer voru ekki margir á ferli, frekar en venjulega, og komst kvikyndið allangt áður en Gunni kom auga á það. Gunni miðaði rifflinum í áttina að Depli, en fann hann ekki strax, og hvarf hann bak við horn áður en Gunni náði almennilega að miða á hann.

„Vesen," sagði Gunni þegar hann sá að Depill var horfinn sjónum, „þú veist væntanlega hvað þetta þýðir, er það ekki?"

„Já, nú lifir hann frjáls undan villimönnum eins og þér í smástund í viðbót," sagði Dóri brosandi.

„Já, og getur hugsanlega étið einhverja fleiri," sagði Gunni rólegur, „- þú veist væntanlega hvað það þýðir, ekki satt?"

Dóri bara brosti.

„Þú ert búinn að gefa honum fjórar skúringakellingar núna," sagði Gunni.

„Þær eru kallað ræstitæknar núna," leiðrétti Dóri.

„Skúringakellingar," leiðrétti Gunni.

„Sástu það?" spurði Þórður.

Gunni kinkaði kolli og benti. Þórður horfði en sá ekkert.

„Benni, við þurfum að fara niður," sagði Þórður.

„Hver þeirra var á launum, svona 250.000 kr á mánuði held ég – segjum það bara," sagði Gunni við Dóra, „plús önnur 250 þúsund sem við þurfum að borga í allskyns tryggingar, stéttarfélög og hvað þetta allt heitir, svo hver var í raun viðri 500.000 króna á mánuði. En það skiptir ekki máli, ég skal segja þér hvað þetta hefur kostað samfélagið – Ríkið hefur á endanum af þeim að jafnaði 80% af laununum með tekjuskatti, söluskatti og allskyns tollum og jaðarsköttum. Það eru 200.000. Af því fer ¼ í bara að taka skattinn af laununum og sýsla með peninginn inni í kerfinu án þess að nokkuð fáist fyrir hann, og af því sem þá er eftir má gera ráð fyrir því að að minnsta kosti 10% fari í bölvaða vitleysu sem er engum til framdráttar. Að gefnum bjartsýnustu spám, að sjálfsögðu. Afgangurinn, eitthvað á bilinu 100-150 þúsund fer í spítala, lögreglu, vegina… allt draslið, og kostar Ríkið minnst 30% meira en það myndi kosta einkaaðila, svo við erum sennilega að tala um tap uppá 100 þúsund kall á mánuði fyrir samfélagið. Sem þýðir að á hverju ári frá því sem þú gafst gæludýrinu þínu þær í matinn, og þar til hver þeirra hefði orðið sjötug hefur þú haft 1.2 milljónir af samfélaginu."

„Þú ert siðblindur," sagði Dóri.

„Hey, ég var ekki að enda við að sleppa mannætuskrímsli lausu út í bæ," sagði Gunni.

„Depill er ekkert skrímsli," sagði Dóri.

***

Depill hljóp óáreittur út í úthverfi. Margir sáu til hans, og nokkrir hringdu í lögregluna til að tilkynna um þennan hest, eða ísbjörn, sem var laus einhversstaðar í bænum.

Depill faldi sig inni í bílskúr í einum botnlanganum, og lagðist til svefns undir borði, hulinn augum vegfarenda bakvið nokkur dekk, sláttuvél og ýmislegt annað sem fyrirfinnst inni í bílskúrum.

Það kvöldaði, og eigendur bílskúrsins komu heim. Bíllinn smellpassaði inn í skúr þrátt fyrir óreiðuna, og þau fóru úr bílnum og inn, án þess að verða vör við eða raska ró Depils.

***

Lögreglan stöðvaði Gunna og félaga þar sem þeir óku um í leit að könguljóninu. Það komu tuttugu manns vopnaðir vélbyssum, stöðvuðu þá, brutu flestar rúðurnar í bílnum þeirra og börðu unglingsstelpu sem átti leið hjá í klessu.

Þegar þeim var sleppt úr varðhaldi viku seinna fréttu þeir af afrekum Depils:

„Hann er búinn að éta heila fjölskildu," sagði Gunni þegar hann las blaðið.

„Það stendur ekkert um það í blaðinu," sagði Benni.

„Jú víst, sjáðu hérna: hér stendur að sýni af vettvangi gefi til kynna að lík hafi fundist á vettvangi – athugaðu að þeir fundu ekki lík, bara sýni. Eða polla af ælu," sagði Gunni.

„Hvað eigum við að gera við því, löggan er búin að gera rifflana okkur upptæka," sagði Þórður.

„Spjót?" spurði Gunni.

„Ég veit ekki, ég er að pæla í að fara í langt frí," sagði Þórður.

„Við verðum að ná þessu kvikyndi," sagði Gunni.

„Það er stórt, snöggt og spúir eitri, ég kem ekki nálægt því til að pota í það með einhverju spjóti," sagði Þórður.

„Ekki ég heldur," sagði Benni, „Sjáðu þarna, þarna eru auglýstar ódýrar ferðir til útlanda."

„Allt í lagi þá, farið til útlanda," sagði Gunni og hugsaði aðeins um málið. Svo bætti hann við, „ég kem með."

„En könguljónið?"

„Lögreglan hlýtur að redda þessu."

***

Dóri glotti við tönn í hvert skipti sem hann las frétt um máltíðir Depils í blaðinu. Þeir héldu að dularfullur glæpahópur færi í hús af handahófi og leysti fólk upp með sýru. Stundum sást Depill á vappi í grenndinni, en hann fór samt aðallega út á nóttunni, og því sás lítið til hans, og hann ekkert tengdur öllum þessum fjölmörgu dauðsföllum.

Hann hallaði sér aftur í stólnum sínum. Yfirmenn hans grunaði ekkert. Þeir vissu ekkert hvaða eiginleika Depill hafði, og vissu ekki betur en honum hefði verið eytt.

Það var bara eitt sem truflaði hann allnokkuð: ef Depill dæi nú úr elli og fynndist, þá færu menn að grennzlast fyrir um uppruna hans, og þá voru nú ekkert margir staðir sem komu til greina. Það yrði rakið til hans á korteri ef lögreglunni dytti í hug að hringja í fyrirtækið.

Dóri tók því samt rólega, og safnaði pening í tvö ár áður en hann flutti úr landi.

***

Dularfulla morðgengið fannst auðvitað aldrei, né heldur hið furðulega dýr sem svo margir höfðu séð. Nákvæmlega tveimur árum eftir að þau hófust þá hættu morðin skyndilega, og þá hætti líka að sjást til skepnunnar.

Gunni komst að því öllu í blöðunum. Hann ákvað samt að bíða í ár í viðbót áður en hann færi að flytja aftur heim, svona til öryggis, ef vera skildi að kvikyndið hefði bara farið í púpu eða eitthvað svoleiðis. Hann vissi lítið sem ekkert um þessa dýrategund. Ekki annað en matarræðið, það er að segja. Það þurfti að borða einu sinni í viku eða svo.

Og hvað ef það verpti eggjum?

Gunni lagði blaðið frá sér og ákvað að slappa af í sólinni smástund í viðbót.

Of hardcore fyrir sósíalinn

Hinum heimsfræga klámmyndaframleiðanda Otto Dix ofbauð alla tíð ok kapitalismans. Svo hann ákvað að flytja til Austur-Þýzkalands.

Hann hafði gert garðinn frægan með mögnuðum klámmyndum á borð við „Electrolux," sem fjallaði um dömu sem hringdi í rafvirkja, sem þá hoppaði uppí Opelinn sinn og ók sem leið lá í íbúð hennar, þar sem þau sinntu hvötum sínum. Og seinna "Der Telefon Reparatur Mann," sem fjallaði um dömu sem hringdi í símaviðgerðarmann, sem þá hoppaði uppí Fólksvagninn sinn, og ók sem leið lá í íbúð hennar... og svo framvegis.

Enginn sá neitt athugavert við þetta, nema kannski Umberto Echo, sem fann sig knúinn til að skrifa litla ritgerð um málið – þó Otto Dix væri þar hvergi nefndur á nafn.

Otto hafði gert einar sex kvikmyndir sem voru allar með nokkurnvegin þessu plotti, og grætt á því allvæna summu, sem hann hugðist nota til þess að koma undir sig fótunum í fyrirmyndarríkinu. Sem hann og gerði – og átti meira að segja til afgang til þess að halda áfram að sinna starfi sínu: að gera kvikmyndir.

Svo hann gerði kvikmyndina Die Frauens Rohrleitung," sem fjallaði um alþýðu-pípulagningamann sem fær upphringingu frá alþýðu-konu sem vill fá hann til að sinna kenndum sínum heima við, svo hann fer út og tekur strætó til hennar.

Þessi kvikmynd vakti mikla lukku, þó svo að nánast hver einast áhorfandi gengi út eftir rétt um tuttugu mínútur. Menn sögðu nefnilega vinum sínum frá myndinni, og komu aftur, aðeins til þess að ganga út aftur eftir tuttugu mínútur. Loks fór svo að kvikmyndin var tekin úr sýningu af STASI eftir einungis eina og hálfa viku í bíó. Og STASI fór og heimsótti Otto til þess að færa hann til yfirheyrzlu. Og þeir spurðu hann hvað honum gengi til með að framleiða svona undirróðursverk, hvort hann væri viljandi að reyna að grafa undan yfirvöldum með þessu.

Otto skildi ekkert í þessu, og spurði hvers vegna hann væri tekinn fastur, hvað hann hefði eiginlega gert rangt. Svo STASI útskýrði þetta fyrir honum: við getum ekki boðið fólki upp á kvikmyndir sem gefa sig út fyrir að gerast í raunveruleikanum, en eru samt með svona ótrúverðugu plotti."

Hvað er að plottinu?"

Það gefur fólki falskar vonir. Og það veit hvaðan þú, sem kvikmyndagerðarmaðurinn sem gerði myndina kemur, svo það trúir því núna að hægt sé að framkvæma svona hluti þar sem þú bjóst áður. Og fólk fær hugmyndir. Og það fer að gera óraunhæfar kröfur! Þú getur ekkert ætlast til þess að fólk trúi því að þegar það hringir í pípulagningamann, að hann komi bara innan árs!"

Gott fólk

Hin hræðilega holdætubaktería grasseraði um landið enn eitt árið. Magga hafði áhyggjur af þessu þar sem hún sat í strætisvagninum og hlustaði á fréttirnar, og af góðri ástæðu, bakterían hafði étið manninn hennar tveimur árum áður. Það tók snöggt af. Það tók alltaf snöggt af. Það var svo slæmt að hún fékk ekki að sjá hann eftir á. Og nú var hún ein með börnin.

„Vísindamönnum hefur enn ekki tekist að vinna bóluefni við veikinni, sem er alltaf banvæn," sagði fréttaþulurinn, og klykkti út að vanda með tölu látinna:

„Hundrað fimmtíu og fjórir hafa látist úr veikinni það sem af er árinu."

Magga brosti til hinna farþeganna í vagninum.

„Þetta er hræðilegt alveg," sagði maðurinn sem sat á móti henni, „þessi baktería, meina ég. Og hún er búin að grassera svo lengi. Maður hefði haldið núna á þessum síðustu og verstu að þeir væru fyrir löngu búnir að finna upp lyf við þessu."

„Hún stökkbreytist svo ört," sagði Magga.

„Kjaftæði," sagði maðurinn.

„Það er satt, ég er búin að lesa mér til um þetta," sagði Magga, og hún hélt áfram: „ég gerði það eftir að maðurinn minn fékk hana og dó, þá fór ég og las allt það efni sem ég fann um bakteríuna. En þeir munu finna lækningu, ég er viss um það."

„Þeir ættu að vera búnir að því fyrir löngu," muldraði maðurinn pirraður, og beindi augunum eitthvað annað.

Strætisvagninn stoppaði skammt frá líkamsræktar-stöðinni. Magga steig út úr vagninum, og trítlaði þar inn. Þá var að byggja upp æðakerfið og styrkja vöðvana. Magga brosti til gaursins í afgreiðzlunni. Hann var stæltur og snyrtilegur. Hann brosti til hennar á móti og tók við kortinu hennar.

„Það þarf að fara að endurnýja þetta," sagði hann eftir að hafa litið á kortið.

„Það gildir í viku enn," sagði Magga, og tók við kortinu aftur. Hún leit á litla límmiðann í glugganum. Á honum stóð: „Athugið: sektin við því að mæta ekki í líkamsrækt minnst einu sinni í viku er 15.000 krónur, og hækkar eftir það daglega um 1000 krónur. Allar sektir undir 20.000 krónum er hægt að inna af hendi á líkamsræktarstöðinni þinni."

„Ég get svindlað þér inn fram á þar næsta miðvikudag, en þá þarft þú að vera komin með nýtt kort – þú skilur, pappírarnir þurfa að vera réttir, við viljum ekki þurfa að vera að sekta þig fyrir að vera ekki með pappírana á hreinu, þú sem kemur svo oft hingað," sagði maðurinn og brosti, „þeir taka orðið svo helvíti hart á svona smámunum, þú veist."

„Ég veit, ef við leyfum litlu syndirnar leiða þær af sér stærri syndir seinna," sagði Magga og brosti aftur, áður en hún rölti inn í búningsklefa.

Heimurinn var góður, allir voru hraustir og leið alveg æðilslega – nema þeim sem sýktust af hinni ferlegu bakteríu, og örfáar fitubollur. En þeim var bannað að stíga fæti út úr húsi vegna smithættu. Af einhverjum orsökum sýktist áberandi feitt fólk frekar af bakteríunni ógurlegu. Það leið vart sú vika að Magga sá ekki menn í hvítum samfestingum bera út ógnarsveran poka með líkamsleyfum einhvers óheppins átvagls. Þeir spreyjuðu eitri allt um kring, og það tók jafnvel allt að viku að sótthreinsa íbúðirnar á eftir.

Magga sá þá einmitt burðast með einn svoleiðis út á leiðinni heim. Hinir farþegarnir þóttust ekki sjá, en þeir gjóuðu allir augunum í áttina öðru hvoru. Vagninn hélt áfram ferðinni, og hreinsunargengið hvarf sjónum.

Við næstu stoppistöð reisti Magga sig við til að vera tilbúin að taka á móti börnunum. Hún sá þau ekki strax þegar vagninn renndi upp að stoppustöðinni, og gáði betur. Hún var byrjuð að hafa smá áhyggjur af þessu þegar hún mundi skyndilega að Þöll vinkona hennar hafði lofað að renna eftir þeim.

Fyrirtækið hafði skaffað henni bíl, og hún mátti sendast aðeins á honum svo lengi sem það var innan siðsamlegra marka. Eldsneyti er bæði dýrt og ætt, og skal því notast sparlega, var sagt. Maður veit aldrei nema maður þurfi að drekka það til að halda lífinu.

Magga hafði bæði séð og heyrt margar hryllingssögur af því frá fólki sem hún þekkti og af internetinu. Menn höfðu kannski fest sig uppi á öræfum, svo hvergi varð hrært, og orðið að bjarga sér með því að dæla úr eldsneytistankinum og drekka fituna. Hún var ekki bragðgóð. Hún var þrá og lyktaði andstyggilega. Sumir höfðu smakkað hana en fæstir létu eftir sér að nærast á henni, þó hún væri sögð afar næringarrík og holl fyrir utan efnin sem voru í henni til að halda henni fljótandi.

Magga stökk úr vagninum skammt frá kjörbúðinni. Þar keypti hún efni í kvöldmatinn; smá fisk, salat, kartöflur, tvo potta af mjólk og einhverja ávexti handa krökkunum. Hún keypti aðeins meiri fisk til að geta boðið Þöll með sér til að launa henni ómakið, og var mjög sátt við sjálfa sig að hafa munað eftir því.

Það var slæðingur af fólki á ferðinni, flestir á heilsubótargöngu, en þó einhverjir sem voru vissulega á leið eitthvert ákveðið. Magga brosti til þeirra, og þau brostu á móti. Fuglarnir sungu og flugurnar iðuðu innan um öll blómin í sígandi vorsólinni.

Magga hraðaði sér upp í íbúðina sína, og hitti þar fyrir Þöll og börnin, eins og hún hafði búist við. Krakkarnir voru að horfa á Ávaxtafólkið en Þöll var að ræða við einhvern í símanum. Hún flýtti sér að kveðja þegar hún sá að Magga var komin inn. Það tók ekki nema fimm mínútur. Þá var Magga þegar byrjuð að gufusjóða fiskinn, og mátti ekki vera að því að hlusta á eitthvað röfl í henni Þöll um að hún ætti nú sjálf mat heima hjá sér.

„Hvað, þú ert ein og getur alveg borðað hér hjá okkur einu sinni," sagði Magga við hana og rétti henni grænmetið: „geturðu blandað smá salat fyrir mig?"

Þöll samþykkti það. Magga brá sér frá á meðan. Þegar hún kom aftur sá hún að fréttirnar voru að byrja. Þá slökkti hún á sjónvarpinu.

„Af hverju slökkturðu?" spurði Þöll, „fréttirnar eru að byrja."

„Ég vil ekki horfa á fréttirnar, þær eru niðurdrepandi. Það er alltaf það sama í fréttum hvort eð er: hve margir dóu úr bakteríunni í vikunni. Ég þarf ekki að heyra það."

„Ég skil," sagði Þöll, „skelfileg þessi baktería."

Þöll gat ekki hætt að hugsa um bakteríuna núna. Hún átti skyndilega hug hennar allan, og hún gat ekki setið á sér að tala um hana:

„Engilblíð á hæðinni fyrir ofan dó úr bakteríunni í síðustu viku," sagði hún á meðan hún reif salatið.

„Ó nei," sagði Magga, „hún var svo ung."

„Bakterían sýkir bara ungt fólk," sagði Þöll, „Hún var heilbrigð einn daginn, svo allt í einu: dauð. Bakterían var svo snögg með hana að hún var óþekkjanleg. Ef ekki væri fyrir tannlæknagögn..."

Magga laut höfði og dæsti.

„Svo var farið með hana burt og líkið brennt samdægurs."

„Hræðilegt," sagði Magga.

„Já, ógurlegt alveg. Við þurftum öll að fara í nákvæma skoðun," sagði Þöll, „Öll blokkin."

„Já, þú varst búin að segja mér frá því," sagði Magga.

„Var það?" spurði Þöll.

„Mig minnir það," sagði Magga.

„Íbúðin hennar var í sóttkví í þrjá daga."

„Nú? Hver býr þar nú?"

„Eitthvað par, ég er ekki búin að kynnast þeim ennþá," sagði Þöll, „þau vita ekki af þessu."

„Ekki vera að segja þeim það þá," sagði Magga, „þú hræðir þau bara, lætur þau hafa ástæðulausar áhyggjur."

„Ég held að fiskurinn sé tilbúinn," sagði Þöll eftir að hafa kíkt í pottinn.

Magga kallaði í börnin, og þau komu og fengu sér að borða. Eftir mat fengu þau sér svo ávexti og slöppuðu af fyrir framan sjónvarpið.

Auðvitað var bara hugljúft og uppbyggilegt efni í sjónvarpinu. Það var gömul svarthvít kvikmynd frá því milli heimstyrrjalda.

„Sjáðu hvernig fólkið í þessum gömlu bíómyndum ber fingurna upp að munninum öðru hvoru?" sagði Magga, „hvaða undarlegi kækur er þetta hjá öllum."

„Ég veit hvað þetta er," sagði Þöll, „vinur minn sagði mér það einu sinni – en þú mátt engum segja, fólk gæti farið og reynt að leika þetta aftur eftir ef þú gerir það, og þá gæti það allt verið rakið aftur til hans í gegnum okkur," bætti hún við alvarleg í bragði.

Magga kinkaði eftirvæntingarfull kolli.

„Hann vinnur við að endurskoða svona gamalt efni. Hann segir að þeir eyði alltaf löngum tíma í að eyða út öllum fíkniefnunum."

„Fíkniefnum?"

„Já, fólk notaði víst svo ógeðslega mikið af fíkniefnum í gamla daga. Þetta er ekki alltaf djús sem þau eru að drekka sko," sagði Þöll.

„Hvað þá?"

„Vinur minn segir að það hafi verið þynnir," sagði Þöll.

„Oj!"

„Ég sagði það líka."

„En af hverju hreyfa þau hendurnar svona að munninum alltaf? Varla eru þau að drekka þynni?" spurði Magga.

„Nei, þau héldu á einhverjum rörum fullum af einskonar grasi sem logaði í, og önduðu svo að sér reyknum. Auðvitað er búið að fjarlægja rörið og reykinn," sagði Þöll.

„Auðvitað," sagði Magga kinkandi kolli.

„Svo borðaði það líka rautt kjöt," sagði Þöll.

„Ha? Hvað segirðu?"

„Af kindum og kúm og svoleiðis," sagði Þöll.

„Eins og í húsdýragarðinum?"

„Alveg eins," sagði Þöll.

Magga kyngdi með hryllingi.

„Þetta hef ég aldrei heyrt áður, ég hélt að bara ljón og úlfar borðuðu rautt kjöt."

„Vinur minn segir að þetta sé satt," sagði Þöll, „hann segir að fólk verði mjög feitt af því að borða kjöt. Hann segir að vinir sínir segi að yfirvöld haldi að bakterían smitist í fólk af því að borða rautt kjöt sem það hefur einhvern vegin orðið sér úti um."

„Ekki segja þetta," sagði Magga og horfði á vinkonu sína með augun svo útglennt að Þöll var hálf hrædd um að þau dyttu út.

Möggu var svo við brugðið að hún festi ekki svefn fyrr en seint um nóttina. Við tóku hræðilegir draumar, þar sem hún sá manninn sinn laumast inn í húsdýragarðinn að næturþeli í slagtogi með næturverðinum þar, og laumast inn í stíurnar...

Magga hrökk upp í svitakófi áður en það náði lengra.

Það var enn nokkuð dimmt úti, en hún þorði ekki að leggjast til svefns aftur. Til að dreifa huganum gerði hún lista yfir hluti sem hún þyrfti að gera daginn eftir. Hún fór yfir hann og lagfærði nokkrum sinnum, hreinskrifaði hann þrisvar, og var að verða bara nokkuð sátt við hann þegar dóttir hennar kom fram til að fá sér morgunmatinn sinn.

Magga aðstoðaði börnin við að fá sér að borða, og fékk sér sjálf súrmjólk með bönunum þeim til samlætis. Það hélt henni gangandi næstum fram að hádegi. Þá var svefnleysið farið að segja til sín, og vinnufélagar hennar farnir að halda að hún væri með flensu.

„Nei, ég bara fékk þessa hræðilegu martröð í nótt og gat ekki sofið," sagði Magga til að útskýra.

„Af hverju? Fékkstu meltingartruflanir?" spurði einhver.

„Ef þú fékkst meltingartruflanir hefur þú verið að borða eitthvað sem þú mátt ekki borða – hefurðu nokkuð verið að laumast í eitthvað ólöglegt? Kaffi kannski?" spurði Runni gamli.

„Kaffi?" spurði Magga forviða.

„Hvað er kaffi?" spurði einhver.

„Fíkniefni," sagði Runni, „það er sagt að óprúttnir menn rækti það í bílskúrum hjá sér undir stolnum hitalömpum, og malli af því seyði sem þeir svo drekka til þess að hressa sig við."

„Er það ekki hættulegt?"

FIMM FURÐUSÖGUR FYRIR SVEFNINN

„Og ólöglegt," sagði Runni.

„Fuss," sagði einhver og hristi hausinn.

„Ég er ekki að borða neitt ólöglegt seyði," sagði Magga, hálf pirruð, „ég bara svaf illa út af hræðilegum sögum sem vinkona mín sagði mér í gær."

„Og hvað sagði hún þér?"

„Kemur þér ekki við," sagði Magga.

Magga notaði hádegishléið til þess að fara og endurnýja kortið sitt.

„Fólk sem notar kortið endurnýjar kortið, fólk sem endurnýjar kortið notar kortið," sönglaði hún fyrir sjálfa sig þar sem hún rölti í lýðheilsustofnun til að endurnýja kortið, svo yfirvaldið gæti fylgst með því hvort hún stundaði æfingarnar sínar eins og góður þegn.

„Fólk sem lætur aðra fá kortið getur týnt kortinu, og þá fær það tvöfalda sekt því þá er það ekki bara að svindla á sjálfu sér heldur líka á samfélaginu með svikum og prettum," sönglaði hún.

Lýðheilsustofnun var rekin með afgangi fyrir sektir letingja.

Magga rölti inn. Hún fékk sér sæti í biðstofunni, og vakti strax athygli.

Augun sigu, og hún hallaði sér aðeins til hliðar.

„Er ekki alveg í lagi með þig?" spurði gæslumaður sem kom aðvífandi.

„Jújú, bara svolítið syfjuð," sagði Magga.

„Fljótt, förum með hana í skoðun!"

Magga fékk far upp á spítala, þar sem hún var berstrípuð, gegnumlýst og skönnuð. Svo var potað í hana með pinnum og hún beðin að reka út úr sér tunguna.

„Það er allt í lagi með þig," sagði læknirinn loks.

„Ég hefði nú geta sagt þér það sjálf," sagði Magga róleg.

„Þessar martraðir, af hverju fékkst þú þær?" spurði læknirinn.

„Vinkona mín sagði mér hryllingssögur, og þær héldu fyrir mér vöku," sagði Magga.

„Segði vinkonu þinni að hræða þig ekki svona mikið í framtíðinni," sagði læknirinn.

Magga brosti.

„Má ég kannski klæða mig núna?"

„Ef þú vilt," sagði læknirinn og fór.

Magga klæddi sig og fékk far til baka, nú með vottorð undirskrifað af lækni um að hún væri við hestaheilsu. Eftir það tók ekki nema korter fyrir hana að fá nýtt kort, og hún rölti aftur í vinnuna með allt skjalfest.

Hún sýndi yfirmanninum skjölin vegna spítalaferðarinnar þegar hann spurði hana hvað hún hefði verið að gera svona lengi. Hann var ánægður að heyra að hún væri svona hraust, en bað hana í framtíðinni að endurnýja kortið eftir vinnu, til að komast hjá svona vandræðum.

Að öðru leiti fór dagurinn eins og venjulega: hún fór í ræktina, náði í börnin, keypti í matinn og fór svo beint heim til að borða. Hún náði að lesa nokkur uppbyggileg ljóð fyrir börnin áður en hún fór að sofa, þá orðin dauðþreytt.

Og hún svaf vært.

Hún vaknaði við það að henni var kalt. Hún hjúfraði sig saman, og fór þá að velta fyrir sér hvað hefði orðið um sængina. Þegar hún opnaði augun sá hún að hún var undir berum himni. Það tók hana smá stund að átta sig á að það var eitthvað ekki alveg rétt við það, en þegar það síaðist loksins almennilega inn hjá henni að hún var einmitt utandyra, þá byrjaði hjartað að slá örar.

Hún leit í kringum sig. Þetta var skuggalegt berangur, þakið grjóti og mosa svo langt sem augað eygði í allar áttir. Innan seilingar var staur, fimm metra hár, og efst á honum eitthvert ókennilegt tæki. Í kringum hana voru fjórar aðrar manneskjur, tvær konur og tveir karlar. Önnur konan var enn sofandi, tvö voru á vafri í kringum hópinn, annar karlinn sat og horfði á hana.

„Hvar erum við?" spurði hún manninn sem horfði á hana.

Hann hristi bara höfuðið.

„Jæja, þá," buldi mikil rödd. Hún kom frá tækinu á staurnum. „Það er ágætt að þið vaknið núna. Ég býst við að þið séuð svöng – það er smá matur handa ykkur í vasanum á buxunum sem þið eruð í."

Magga athugaði vasann. Hún kannaðist ekkert við þessi föt sem hún var skyndilega komin í. Þetta voru bara venjuleg grá náttföt, einmitt nákvæmlega eins og hún átti ekki, og það voru vasar á þeim, og í einum vasanum var vissulega eitthvað. Það var eitthvað undarlegt efni innvafið í pappír.

„Borðið þetta fíflin ykkar," buldi röddin í staurnum, „þetta er súkkulaði, þið þurfið það."

Magga hafði aldrei heyrt þetta orð áður, en beit af forvitni í þetta. Það var alveg dísætt, svo mjög að hún fékk nánast klígju, en hún gat þó komið því niður.

„Þetta er sykur! Á að eitra fyrir okkur?" nöldraði annað þeirra sem þegar stóð í átt að hátalaranum á staurnum.

„Allt í lagi," hélt röddin áfram eftir drykklanga stund, „Ég ætla ekki að ljúga að ykkur. Þið munuð öll deyja í dag."

Þau hrukku öll í kút.

„Þau ykkar sem eiga börn, vitið það að börnunum hefur verið komið í fóstur. Þeim hefur verið sagt að þið hafið fengið bakteríuna, og hafið dáið skyndilega og verið brennd til að fyrirbyggja smit."

Þau litu hvert á annað.

„Sjokkerandi, ekki satt?" sagði staurinn, „jæja, þið hafið korter til þess að hlaupa. Þið ráðið sjálf í hvaða átt, eða hvort þið hlaupið yfirleitt. Þau sem kjósa að hlaupa lifa samt stundum aðeins lengur en hin sem verða um kyrrt. Þetta er allt og sumt. Bless."

Og með það var staurinn þagnaður.

Þau stóðu þarna umhverfis staurinn örvingluð, horfandi stareygð hvort á annað án þess að vita hvað þau áttu að gera. Maðurinn sem hafði horft sem fastast á Möggu hljóp á brott á fullri ferð.

„Við skulum bara bíða hér," sagði Magga. Hin kinkuðu kolli.

Og þau biðu, og þau horfðu áhyggjufull í kringum sig og veltu fyrir sér hvers konar grimmilegur brandari þetta væri. Þau horfðu betur í kringum sig til að skyggnast um hvert þau ættu svo sem að hlaupa, en sáu ekkert nema smá kjarr í fjarska, og sjóndeildarhringinn.

„Við erum uppi á fjalli," sagði einhver. Magga leit við. Þetta var kona, nokkrum árum yngri en hún sjálf.

„Sko! Sjáðu!" sagði hin konan og benti; „það eru einhverjir að koma."

Þau horfðu öll þangað sem hún benti. Það var ekki um að villast, það voru nokkrir menn á leiðinni. Þau tóku öll gleði sína á ný.

„Þau fara kannski með okkur niður af þessu fjalli," sagði karlmaðurinn í hópnum.

Þau brostu öll. Mennirnir nálguðust óðfluga, enda stórstígir. Þeir brostu út að eyrum.

„Kobbi, þau bíða enn við staurinn, þú skuldar mér þúsundkall!" sagði einn, hátt og snjallt.

„Hey, þau voru fimm, þau eru bara fjögur við staurinn," svaraði Kobbi.

„Þau eru flest við staurinn, þú tapar."

Mennirnir komu nær. Þeir voru átta saman, með bakpoka á sér og önnur ókennileg tæki. Einn þeirra horfði beint í augun á Möggu, og sagði:

„Þau bíða næstum alltaf við staurinn... eins og lömb sem vita ekki hvað á að fara að gera við þau."

Magga vissi ekki alveg hvað þetta þýddi, en það var eitthvað við fas þessara manna sem henni leist ekki á.

Maðurinn dró úr þar til gerðum vasa sérkennilegt áhald sem Magga hafði aldrei séð áður, og bar það upp svo hún sæi það betur. Hann glotti.

„Aldrei séð svona?" spurði hann, „þið eru sérkennilegt fólk. Þetta er hnífur. En þið notið auðvitað ekki svoleiðis. Þið rífið allt grænmetið er það ekki? Fiskurinn kemur forskorinn, og brauðið, og bananarnir."

„Við notum bananaskera," sagði Magga.

Maðurinn velti því orði aðeins fyrir sér. Hafði ljóslega ekki heyrt það áður.

„Já..." svo horfði hann aftur beint í augun á henni, og sagði hress í bragði: „ertu viss um að þú viljir ekki hlaupa?"

Magga hugsaði sig um, en sagði svo já. Maðurinn hallaði undir flatt og yppti öxlum.

Það var þá sem hún var rekin á hol og slógdregin. Hún heyrði öskrin í nýju félögunum sínum þegar þeirra biðu sömu örlög. Hún fann þegar byrjað var að skera fæturna af henni, en leið þá út af.

Hún fann ekkert lengur þegar skrokkurinn af henni var hengdur upp í staurinn svo blóði læki frekar úr, eða þegar hún var þar hlutuð niður og partarnir annað hvort urðaðir á staðnum eða settir í poka.

Partarnir af henni skiptust milli fjögurra aðila, sem fóru með þá í sitt hverja áttina. Lærin fóru heim með manni sem hét Tryggvi. Konan hans var ánægð að sjá hann.

„Hvernig fór veiðiferðin?" spurði konan.

„Hún var tíðindalaus," sagði Tryggvi.

„Ertu búinn að fá útrás fyrir drápsfýsnina?"

„Ef ég væri svona illa haldinn af drápsfýsn myndi ér reyna að fá vinnu við eldsneytisgerð, þá fengi ég að drepa einhvern á hverjum degi," sagði Tryggvi og skellti pokunum sínum á eldhúsborðið, „ég fékk læri, eins og þú baðst um."

Konan var mjög ánægð að heyra það, og hún eldaði lærin daginn eftir og fjölskyldan borðaðu þau með bestu list með brúnuðum kartöflum og skolaði þeim niður með kolsýrðum gosdrykk með kólabragði.

Ævintýri Hitlers í 101

Adolf Hitler vaknaði á ókunnuglegum stað. Hann var í litlu herbergi, í litlu rúmi. Allt frekar ómerkilegt nema fyrir þær sakir að þetta var ekki staðurinn þar sem hann hafði sofnað á. Þetta leit heldur ekki út eins og fangelsi, svo hann útilokaði að hann hefði verið handtekinn af leynilögreglunni.

Hitler litaðist um herbergið: þarna var bókaskápur fullur af litríkum bókum; náttborð með armbandsúri ofaná; hrúga af fötum á gólfinu og mynd á veggnum af einhverjum einstakling sem hann bar ekki kennzl á.

Hitler sveiflaði sér framúr rúminu og var um það bil að fara að klæða sig í fötin sem lágu á gólfinu þegar hann varð þess áskynja að líkami hans var breyttur. Það fékk nokkuð á hann, og hann togaði í hár sitt og lét í sér heyra. Hann þekkti ekki rödd sína heldur. Ugg setti að honum.

Hitler þusti út úr herberginu til að finna spegil til þess að líta í. Þar var gangur, einhverjar dyr til hægri, ein til vinstri og ein beint á móti. Allt nýtt fyrir honum. Hann prófaði fyrst þær sem voru næst honum á hægri hönd. Það reyndist vera baðherbergið. Það var mjög mjótt og þröngt, en þar var spegill, og hann gat litið á sjálfan sig.

Hitler var orðinn mjög ólíkur því sem hann átti að venjast frá því hann leit á sig seinast. Hann var orðinn ljóshærður, á tvítugsaldri og lítillega bólugrafinn. Hann starði á sjálfan sig í speglinum. Þetta var ótrúlegt. Hver var hann orðinn? Honum fannst hann verða að komast að því, svo hann fór aftur fram á ganginn, þar sem honum sýndist hann hafa séð yfirhafnir hangandi á snögum. Stundum voru skilríki í vösum slíkra flíka, sem eru nytsamleg til þess að rifja upp hver maður er ef maður skyldi nú gleyma því. Sem gerist.

Eins og við var að búast var í vasa eins jakkans veski, og í því lítið kort með óljósan tilgang, en á því var mynd af andliti eins og því sem Hitler hafði séð í speglinum áðan. Við hlið myndarinnar var prentað nafn, og það nafn var: „Máni Snær."

Hitler þurfti smá tíma til þess að melta allt þetta. Nokkra klukkutíma. Á meðan skoðaði hann sig um í íbúðinni. Honum til mikillar gleði þá reyndist hún vera stúdíó listmálara, svo hann gat slappað af við smá listræna tjáningu á meðan hann reyndi að sætta sig við sitt nýja hlutskifti í þessum nýja líkama.

Eftir að Hitler hafði dundað sér við að mála um stund til þess að slappa af og ná áttum, flaug honum í hug að bregða sér út fyrir hússins dyr og litast aðeins um. Kannski var hann í annarri vídd, með öðrum eiginleikum og umhverfi, sem væri þá sniðugt að kíkja á. Hann lét málverkið við hliðina á öðru sem sá sem átti líkamann sem hann hafði yfirtekið hafði gert; abstrakt verk fullt af línum og flötum, og hugði sitt vera betra á allan hátt. Það voru nefnilega tré á hans.

Hitler klæddi sig almennilega og gekk út. Hann tók eftir að húsin voru öll frekar smá og lágreist og ómerkileg, ekkert líkt Þýzkalandi eða Austurríki eða nokkurri annarri Evrópskri borg. Íbúðin hans var í röð af þriggja til fjögurra hæða fjölbýlishúsum, en hinumegin við götuna var undarleg röð af tveggja hæða samtengdum raðhúsum sem litu helst til framandlega út. Við gangstéttina þar stóðu líka nokkrir sérkennilega útlítandi bílar, og gangstéttin sjálf var merkileg á að líta, svo og voru ljósastaurarnir. Allt var ólíkt því sem hann átti að venjast. Hitler var ringlaður.

Hitler gekk í áttina að umferðarniðnum. Hann hitti engan á leiðinni. Er hann kom að aðal-umferðar-æðinni, sá hann fólk aka hjá í undarlegu bílunum sínum, en engan fótgangandi. Hann fylgdi veginum um stund, framhjá húsum sem voru undarlega einföld og hráslagaleg. Á meðan hélt fólk áfram að aka hjá í bílunum sínum án þess að taka eftir honum. Þá kom hann auga á mann á reiðhjóli. Hann kallaði á eftir honum. Hjólreiðamaðurinn hunsaði Hitler, og hvarf fyrir horn.

Hitler var farið að gruna að hann væri fastur í einskonar hræðilegri martröð, og hann byrjaði að hlaupa, til þess að ná þessum hjólreiðamanni, eða í það minnsta að elta hann til að sjá hvert hann færi, ef svo vildi til að þar væri fleira fólk.

Hitler náði aldrei í skottið á hjólreiðamanninum, en hitti á endanum mann sem gat sagt honum til vegar. Til þess að vekja ekki grunsemdir, spurði hann bara um nálægasta veitingastað þar sem hann gæti fengið kvöldverð: „ég er grænmetisæta," útskýrði hann fyrir manninum og fékk upplýsingar um þrjá mismunandi staði, sem allir voru í nokkurnvegin sömu átt frá honum. Þetta þótti Hitler mikil framför frá gamla Austurríki, þar sem allir voru alltaf að gúffa í sig snitzel eða cevapcici eða bratwurst eða einhverju þaðan af ógeðfelldara.

Tuttugu mínútum síðar var Hitler kominn niður í bæ og byrjaður að snæða salat. Hann fann dagblöðin inni á veitingastaðnum, og hann áttaði sig á aðstæðum í þessum nýja heimi með því að lesa þau. Hann var í framtíðinni, eins og hann hafði grunað. Þessi heimur var ekkert líkur Þýzkalandi stríðsáranna á nokkurn hátt.

Hitler kláraði salatið sitt og sökkti sér niður í blöðin. Hann var orðinn alveg niðursokkin í þau þegar einhver sló hann kumpánlega í bakið með orðunum: „þarna ertu!"

Hitler leit við, og sá auðvitað einhvern þar sem hann kannaðist ekkert við. En Hitler þóttist vita hver þetta var, svona til öryggis. Hann og vinkona hans. Og hinn vinur hans. Það virkaði, enginn varð neins vísari.

„Þú lítur öðruvísi út en venjulega, einhvern vegin," sagði nýi vinur Hitlers eftir nokkurra mínútna spjall .

„Ég hef verið með aðkenni flensu," svaraði Hitler.

Nýi vinur hans tók því sem góðu og gildu, og þau ráfuðu öll eitthvert á brott saman. Þau fóru á kaffihús, þar sem þau hittu fleiri vini og kunningja, og þau spjölluðu öll saman um heima og geyma. Það var mjög lærdómsrík reynzla fyrir Hitler; ekki bara frétti hann að hann var með síma í vasanum, sem hann gat notað til þess að lesa fréttirnar, heldur gat hann líka notað hann til að skrifa og senda skilaboð og hreyfimyndir og allskyns aðra skrítna hluti, sem hann átti bágt með að hemja áhuga sinn á. Hann komst líka að því að hann hafði líkamnast í mjög góðum heimi: það voru engir gyðingar, það var launað mæðra-orlof, trúfrelsi, ríkið átti alla bankana, menntun var ókeypis fram að háskóla og slavar – aðalleg pólverjar – unnu mest af vinnunni fyrir þræla-laun. Hitler varð strax mjög vinsæll þegar hann hafði tíundað hugmyndir sínar um hvernig þetta allt gæti enn verið betrumbætt, þó einhverjir gæfu honum hornauga þegar hann tjáði skoðanir sínar á útlendingum. En Hitler brást við þeim jafn-óðum og breytti í samræmi við það, og varð enn vinsælli.

„Þú ættir að fara út í stjórnmál!" sagði einhver, og það tóku allir undir, kinkandi kolli og játandi. „Þú ert framsýnasti og frjálslyndasti maður sem ég hef hitt!" sagði annar, og aftur kinkaði fólk kolli.

Þegar Hitler gekk aftur heim til sín var hann í skýjunum. Hann gæti byrjað aftur á þessum stað, sem var svo miklu framúrstefnulegri og þróaðari og meira að hans skapi en gamla Þýzkaland. Honum líkaði mest hve fáir gyðingar voru. Hann þurfti heldur ekkert á þeim að halda sem sökudólgum lengur. Í staðin hafði hann úr að velja „auðugasta eina prósentinu" og „framsóknarflokknum," og svo voru auðvitað „útgerðarmenn."

Lífið var yndislegt, og hann var byrjaður að skipuleggja glæstan stjórnmálaferil sinn þegar síminn hringdi: „er þetta Adolf?" spurði óþekkt rödd.

„Hvernig veist þú að það er ég?"

„Ekki spá í því. Ég þarf að spyrja þig að einu."

„Hver ert þú?"

„Ég spyr spurninganna hérna. Taktu eftir!"

Hitler varð skyndilega allnokkuð skelkaður. Þetta hlaut að vera leynilega ríkislögreglan. Hvað myndir þeir gera? Ætti hann að hlaupa og fela sig? Gæti hann það? Honum leist best á að svara bara spurningunni: „allt í lagi, spyrðu mig."

„Myndir þú borða Búbb-ís?"

„Hvað? Hvað er það?"

„Það er svona ís búinn til úr konu-mjólk."

Adolf Hitler var gáttaður. Orðlaus. Hann leit í kringum sig, hann horfði á símann: "hvað? Ert þú einhverskonar geðsjúklingur? Ert þú að reyna að rugla mig í rýminu?"

„Myndir þú eða myndir þú ekki borða Búbb-ís?"

„Hvers vegna myndir þú einu sinni spyrja mig þvílíkrar spurningar? Ég neita að svara!"

Og Hitler reyndi að leggja á. Það tók smá stund, en hann náði því. Hann náði að ganga þrjú skref áður en síminn hringdi aftur.

„Ekki skella á mig, ég hringi bara aftur í þig."

„ÞÚ AFTUR!"

„JÁ!"

„Hvers vegna ert þú að angra mig með þínum öfugugga-spurningum?"

„Ég kom þér hingað til þess að geta spurt þig að þessu."

„Af hverju? Af hverju getur þú ekki angrað einhvern annan?"

„Þú ert eina grænmetisætan sem mér datt í hug."

„Hvernig getur þú ekki þekkt fleiri grænmetisætur? Það eru margir grænmetis-veitingastaðir niðri í bæ, þá hljóta að vera margar grænmetisætur!"

„Ég virðist hafa fælt þær allar frá mér. Löng saga. Svo ég kom þér hingað. Í þennan heim. Með göldrum."

„Hvernig detta þér eiginlega svona spurningar í hug?"

„Ja, sko... vinnufélagi minn sá þetta dót á svona íbúahátíð, og hann sagði að þetta hefði verið allt í lagi. Svo við fórum að spekulera hvort grænmetisæta væri til í að fá sér svona ís úr konu-mjólk."

Hitler hristi bara höfuðið, orðlaus.

„Ætlarðu að svara mér núna? Við verðum að fá að vita þetta."

„Viltu þá hætta að hringja í mig?"

„Ég mun algerlega hætta að angra þig að eilífu."

„Allt í lagi þá."

„Myndir þú borða ís sem væri gerður úr konu-mjólk?"

„Nei! Það minnir helst á mannát!"

FIMM FURÐUSÖGUR FYRIR SVEFNINN

„Ah! Þakka þér!"
Og með það var samtalið rofið. Hitler stóð þarna um stund, agndofa, hugsandi að leynilögreglan hefði endanlega misst vitið. Og þá varð allt svart.

***

Adolf Hitler vaknaði. Honum leið skringilega um allan líkamann, og umhverfi hans var allt framandi – þar til að hann sá að hann var í sínu eigin svefnherbergi. Hann tók eftir Evu þarna við hlið sér, vakandi.
„Ertu vakandi?" spurði hún.
„Já, núna. Mig dreymdi mjög svo undarlegan draum."

Maðurinn í hornherberginu

„Hjartaáfall? Bara sísona?" spurðu Pétur undrandi og satt að segja nokkuð pirraður.

„Já," svaraði Páll, „ég kom að honum dauðum í morgun. Hann bara lá þarna á gólfinu í herberginu sínu, alveg steindauður. Bara á bakinu, starandi upp í loftið."

„Andskotinn," sagði Pétur. Þarna hækkaði leigan talsvert. „Ertu búinn að finna einhvern til að leigja með okkur?"

„Ha? Nei... gaurinn var bara að hrökkva uppaf núna rétt í þessu."

„Maður segir ekki að menn hrökkvi uppaf, það er dónaskapur."

„Segir gaurinn sem heldur bara að ég sé strax kominn með nýjan leigjanda."

„Jæja... ég nenni þessu ekki. Þú finnur út úr þessu, ég þarf að lesa, ég þarf að undirbúa hluti. Ég er upptekinn."

Og Pétur fór upp stigann á efri hæðina þar sem hann hafði aðsetur. Hornherbergið þar sem meðleigjandi þerra hafði dvalið var opið, svo hann gægðist aðeins inn. Það var hvítt. Þykkt gólfteppið, rúmið, einfaldir Rococo-stólarnir, IKEA kommóðan. Allt hvítt.

Ef ekki hefði verið fyrir myndirnar á veggjunum og fáeina hluti á kommóðunni og náttborðinu, þá hefði það verið hálf yfirþyrmandi. Pétur leit í kringum sig. Á rúminu lá gömul bók, opin, og á vegginn fyrir ofan kommóðuna var búið að krota eitthvert tákn sem minnti hann svolítið á snjókorn, og svolítið á móðurborð.

Pétur starði á táknið um stund og gretti sig. Þarna hafði verið spegill. Nú var spegillinn uppvið vegg við hliðina á kommóðunni. Pétur tók hann upp og setti hann á sinn stað, svo hann huldi alveg táknið.

„Sælir, hvað get ég gert fyrir þig?" var skyndilega spurt, undarlega kynlausri rödd.

Pétri brá, og hann sneri sér við. Þá brá honum meira.

„Djöfullinn!"

„Nei," sagði formlaus hvítur maður sem stóð í horninu við fataskápinn. Hann var í laginu eins og maður á sama hátt og piparkökukall er í laginu eins og maður, og allur hvítur eins og marmari.

Pétur starði á manninn, opnaði og lokaði munninum án þess að gefa frá sér hljóð, og baðaði út höndunum eins og Ítali að halda ræðu. Hann langaði til að segja eitthvað, en vissi ekki hvað, og heilinn neitaði að vinna alveg rétt í augnablikinu.

„Tekur þú við af félaga þínum? Ég meina, ég þarf að borða áður en ég get hafist handa. Ég get ekki gert eitthvað úr engu. Það er ekki þannig sem hlutirnir ganga fyrir sig."

Pétur hætti að hreyfa hendurnar, og starði bara á veruna í forundran.

„Ég ætti kannski að útskýra."

„Kannski," samsinnti Pétur.

„Ég var kallaður hingað af honum félaga þínum. Hann datt niður dauður þegar hann sá mig – það var næstum eins og hann hefði ekki búist við mér, sem er undarlegt, hann gerði þetta alveg rétt. Það er bara eitt eftir að gera, og ég get hafist handa."

„Við hvað? Hver ert þú? Hvað gerir þú? Hvaðan kemur þú? Hvernig? Hvað?"

„Allt mjög eðlilegar spurningar. Í röð: ég endurforma veruleikann sé þess óskað, ég er kallaður Mulia, ég var búinn að svara þessari spurningu, ég kem úr..."

„Hvað? Ha?"

„Viltu ekki heyra svörin?"

„Eh..." Pétur hristi sig, og flýtti sér að svara: „má ég kalla þig Kára?"

„Allt í lagi."

„Þú... endurformar veruleikann? Hvað þýðir það?"

„Ég tek efni – hvert það efni sem þú lætur mér í té, og ég breyti því í hvað sem þú vilt, lifandi eða dautt."

„Það var og."

„Gegn greiðzlu."

„Nú? Tekurðu VISA?"

„Nei. Ég tek sálir."

„Já... nei, ég á þær ekki til, því miður."

„Jú jú. Þú bara fórnar einhverjum. Ég sé um að fjarlægja sálina úr líkamanum, og þú færð hvað sem þú vilt í staðinn."

„Já..."

„Ég svelt ef þú gerir það ekki. Svona, finndu einhvern fyrir mig."

Pétur hristi hausinn og gekk út. Formlausi maðurinn horfði á eftir honum.

„Er það af því ég lít svona út? Ég get breyst. Ég þarf bara eitthvað að borða."

En Pétur var farinn út á gang og hunsaði þennan undarlega svip sem hann hélt að væri bara ofsjónir tilkomnar af svefnleysi. Hann hafði jú frekar lítið sofið undanfarinn mánuð.

Páll leit inn skömmu seinna. Hann hafði runnið á hljóðið – og langaði til að vita hverjir væru að spjalla saman. Hann fann engan í hornherberginu. Þar var bjart og fallegt, en einhvernvegin of hvítt til að geta verið notalegt. Hann skimaði kringum sig. Hann sá bókina á rúminu, og tók hana upp.

„Fjölkynngi," las hann á bókina, það var og."

Hann fór með bókina með sér út, og hafði í hyggju að lesa hana í góðu tómi.

***

Kærasta Péturs, Mæja, kom daginn eftir.

„Hvernig var á Spáni?" spurði hann hana.

„Það var æðislegt, þú hefðir átt að koma með."

„Ég þarf að læra, ég má ekki falla í öllu saman."

„Æ já. Ég heyrði að Matti hefði dáið..."

„Ha? Já, meðleigjandinn. Hann. Ég þekkti hann ekki vel."

„Hvað kom fyrir?"

„Hann bara dó. - Heyrðu, ég skal sýna þér herbergið hans."

„Af hverju?"

„Það er mjög skrýtið. Allt hvítt, þér líst vel á það. Komdu."

Pétur steig upp nokkrar tröppur og benti Mæju á að elta sig. Hún gerði það.

Hornherbergið var beint upp af stiganum og dyrnar að kalla opnar, Pétur þurfti bara að ýta hurðinni inn. Hann dró Maju með sér inn í mitt herbergið.

„Það er svo stórt."

„Já, 24 fermetrar. Eða 25."

„Af hverju er allt svona hvítt?"

„Gaurinn málaði þetta svona sjálfur. Hann hafði mjög sérstakan smekk, sjáðu til dæmis þetta teppi..."

Maja hafði sparkað af sér skónum og renndi fótunum yfir teppið.

„Það er svo mjúkt. Af hverju eru ekki fleiri með svona teppi á gólfinu?"

„Því teppi drekka í sig óhreinindi. Eftir svona mánuð lyktar allt eins og öskutunna."

Maja brosti bara og hristi hausinn. Pétur lokaði dyrunum. Mæja leit í kringum sig á húsgögnin. Pétur horfði á hana þar sem hún ráfaði um og skoðaði húsgögnin. Hún teygði sig til að snerta annan stólinn, til að finna áferðina á málningunni. Hún renndi fingrinum eftir stólbakinu.

„Á..."

Hún kippti að sér fingrinum og skoðaði hann. Það blæddi smá. Hún stakk fingrinum uppí sig, og leit á Pétur. Hann lyfti annarri augabrúninni, yppti svo bara öxlum, og sagði: „það hefur bara verið flís..."

„Á!" hvað við í Mæju; „eru nálar í þessu teppi?"

Pétur leit niður, en áttaði sig strax á að það var tilgangslaust, og þegar hann leit upp aftur var Mæja öll grett af kvölum í þann mund að setjast á rúmið.

„Ah... það er eins og teppið sé fullt af rakvélarblöðum," sagði hún.

Pétur sá fætur hennar. Iljarnar drupu blóði, og það var búið að flekka teppið. Hann ætlaði að beygja sig til að skoða þegar Mæja stökk af rúminu: „hvað er eiginlega á seyði hérna?" náði hún að segja áður en hún missti nær andlitið af sársauka.

Teppið skar hana. Það voru rauðar doppur á rúminu þar sem hún hafði setið. Hún hoppaði eins og á heitum kolum í átt að skónum sínum skiljandi eftir sig skærrauð för. Hún kom niður á hendurnar, kippti þeim að sér, náði í skóna að skreið aftur að næsta stól.

„Heyrðu..." sagði Pétur, þegar hann hafði náð sér; „ég skal bara halda á þér."

Hann gekk til hennar og hjálpaði henni á fætur. Hún náði samt taki á stólnum, og gat ekki sleppt. Sársaukasvipurinn á henni hræddi hann. Hann sneri sér við, og það mátti heyra hold rifna þegar stóllinn losnaði úr hendinni á henni.

Pétur gekk að dyrunum með hana í fanginu, og teygði sig í hurðarhúninn. Hurðahúnninn stakk hann, og í fátinu missti hann Mæju í gólfið. Mæja rak upp mikið öskur, og stökk á hurðina. Það virtist bara gera illt verra, og óskiljanlega mikið af blóði lak úr henni og slettist á allt sem hún kom nálægt.

Hún staulaðist inn í mitt herbergið frávita af sársauka og skelfingu. Pétur starði á hana í forundran. Hún stóð og leit helst út fyrir að vera að stæla Ópið þegar hún eins og blómstraði fyrir framan hann. Húðin vafðist utanaf henni, vöðvarnir sprungu út og dreifðu blóðdropum, tægjum úr æðum og allskyns lufsum um allt herbergið, svo það var helst eins og mistur þar inni, sem flögraði svo um þyngdarlaust í óvissan tíma.

Pétur vissi ekki hvað hann átti að segja. Svona lagað kom ekki mjög oft fyrir hann. Að lokum, þegar herbergið var orðið alveg rautt, hætti klístrið allt að flögra um eins skyndilega og það hafði byrjað á því, og öllu rigndi niður. Þá stóð hann upp, gekk að dyrunum aftur, og tók í húninn. Hann beit hann ekki í þetta sinn, og Pétur flýtti sér út. Hann fór beint inn á bað og í sturtu.

Að sturtunni lokinni gekk hann aftur að dyrum hornherbergisins. Hann ýtti upp hurðinni.

Herbergið var skjannahvítt. Alveg eins og það hafði áður verið. Hann lokaði dyrunum aftur og leit á gólfið. Blóðsporin voru þar ennþá. Hann ákvað að þetta hefði allt verið draumur, en dundaði sér samt við að þrífa blóðið upp. Engin ástæða til að leifa einhverjum draumi að stinka pleisið upp.

***

Pétur mundi ekki eftir neinum draumum þegar hann vaknaði um morguninn. Hann hringdi í Mæju á leið í skólann. Hún svaraði ekki. „No Signal" stóð bara. Pétur velti þessu fyrir sér. Hún hafði farið með veskið sitt upp í herbergi líka, var það ekki? Og það var ekkert í herberginu lengur, var ekki svo?

Pétur reyndi að hugsa sem minnst um það. Varla hafði herbergið í alvöru étið hana? Það gat ekki verið.

Það var nóg um að vera í stúdentaráðinu. Það þurfti að skipuleggja styrktarkaffi, fá annan sjálfsala á ganginn vegna þess að maður getur aldrei haft of marga svoleiðis, það var byrjað að skipuleggja næstu kosningar, og svo var þetta venjulega rifrildi í sambandi við stundatöflurnar á döfinni. Nóg að hugsa um.

„Pétur?" spurði Anna gjaldkeri.

„Hvað?"

„Ertu eitthvað utan við þig?"

Pétur leit á stelpuna. Það var greinilega ekki nóg að hugsa bara í áttina að henni, svo hann ákvað að segja eitthvað: „sjálfsalinn, rétt?"

„Já..."

„Það var einmitt það sem ég var að hugsa um," en ekki vinkona hans að breytast í rautt ský, alls ekki; „ekkert mál, ég redda því. Á eftir."

Anna gaf honum illt auga. Pétur grunaði hana um að vera að seilast eftir sinni stöðu. Hver vildi ekki vera aðal? Hún var bara ritarinn.

Þá var hann búinn að búa sér til verkefni. Hann gat spjallað við þennan hvíta draug út af þessu með vinkonu sína þegar hann kom heim. En fyrst...

Pétur fór afsíðis og hringdi í einhver af handahófi út af sjálfssala.

Eftir klukkutíma rabb við alla viðkomandi aðila þá komst hann að þeirri niðurstöðu að ekki bara var skólinn mettaður af sjálfsölum, og það vissu þeir sem hann hringdi í, heldur var farið að verða dýrt að halda þeim sem þegar voru út. Sjálfsalarnir voru þegar þremur of margir, og undir eðlilegum kringumstæðum væri hann ekki að biðja um fleiri, en það var farið að styttast í kosningar, og sjálfsalarnir voru áþreifanlegt dæmi um aðgerðir nemendaráðsins.

Hann náði ekki að kría út nýjan, en hann gat látið skipta þeim sem þegar voru út fyrir aðra frá samkeppnisaðilanum. Sem var bara ekki það sama og að fá einn í viðbót.

Pétur gafst upp á þessu, og hringdi aftur í Mæju. Það var enn slökkt á símanum var hennar. Hann var varla búinn að setja símann í vasann þegar hann hringdi. Pétur svaraði, það var móðir Mæju: „hefur þú séð Mæju?“ „Ekki nýlega.“

„Hún sagðist ætla að koma í gær...“ og hún hélt áfram að tala, á meðan Pétur starði út í bláinn og velti fyrir sér hvernig hann ætti að koma sér út úr þessu.

Þegar Pétur fór heim leið honum ekkert betur. Hann þurfti að eiga við valdabröltara, skilaverkefni sem þurfti að skila eftir viku, redda sjálfsala sem hann yrði þá að kaupa á íbei, allskyns smálegra snatt sem gat beðið þangað til daginn áður og svo leiguna, sem hafði hækkað skyndilega. Ástandið var síst betra en áður en hann lagði af stað.

***

„Er Mæja ekki komin? Ég hélt það,“ spurði Páll þegar hann hitti Pétur við morgunverðarborðið.

„Uh? Ha? Nei... hún kemur... eftir viku.“

„Nú?“ Páll hélt áfram með morgunkornið.

„Veistu nokkuð hvar ég get fengið sjálfsala?“

„Þarftu svoleiðis?“

„Bara forvitni.“

„Tékkaðu á internetinu," sagði Páll og togaði til sín spjaldtölvuna sína. Hann potaði eitthvað í hana, og sagði svo: „hérna, þú getur fengið einn fyrir svona 2000 dollara í bandaríkjunum."

„Enginn á Íslandi?"

Páll yppti öxlum; „sendingarkostnaðurinn er örugglega hærri en það sem sjálfsalinn kostar. Sjáðu, þetta er meira en 350 kíló, og svona líka stórt."

„Hmm, já," sagði Pétur, og rótaði í morgunkorninu sínu.

Þegar Pétur kom heim um kvöldið var hann búinn að redda einu atriði á listanum sínum, og kominn með tvö ný. Ekkert mál. Honum datt í hug að kíkja í hornherbergið aftur, til þess að athuga hvort þar væri ekki örugglega allt með felldu. Og til þess að dreifa huganum frá því sem hann hafði upprunalega ætlað að dreifa huganum með.

Herbergið var ennþá alveg fáraðlega hvítt. Hann litaðist um. Þar kom hann auga á bókahillu, sem hann hafði ekki tekið eftir áður. Hann gekk að henni, og leit á bækurnar í henni. Þær voru sæmilega innbundnar, en ekkert merktar. Hann tók eina niður og opnaði hana.

Bókin var auð. Svört, grá og gulllituð að utan, hvít og tær að innan. Pétur tók aðra, og skoðaði hana. Hún var líka full af auðum síðum. Þá þriðju. Tóm.

„Það stendur ekkert í þessum bókum," sagði einhver fyrir aftan hann.

Pétur sneri sér við; „þú..."

„Ég."

Pétur leit hann hornauga.

„Hvernig líst þér á mig núna?"

„Ja... mennskari," sagði Pétur, sem gat þó varla leynt því að gaurinn var meira ógnvekjandi nú en áður einmitt þess vegna.

„Takk. Hvernig líst þér á bókahilluna mína?"

Pétur gjóaði augunum á bókahilluna, en flaug svo nokkuð í hug: „borgar þú nokkuð leigu?"

„Ekki eins og er. En ég kemst víst ekki úr herberginu, og ég held ekki að þú viljir að ég framleiði pening fyrir þig."

„Því ekki? Sagðir þú ekki sjálfur að þú gerðir hluti? Því ekki pening?"

„Já, því ekki. Þú reddar einni sál, hún kemur í 60-100 kílóum af holdi sem ég breyti í 60-100 kíló af pening, sem verður ekkert grunsamlegt þegar kemur allt í einu í umferð. Alls ekkert."

Pétur starði á manninn.

„60 kíló af holdi?"

„Já. Hvaðan hélstu að bókahillan hefði komið?"

Pétur sleppti bókinni sem hann hélt enn á, og hún féll í gólfið.

„Geturðu skilað Mæju?"

„Skilað henni? Nei." Pétur gat svarið að púkinn glotti; „en ég get breytt einhverjum öðrum í Mæju."

„Já en..."

„Ég ét bara úr þeim sálina og bý til kjöt-dúkku sem hegðar sér eins og þú vilt. Eða eins og þig minnir að Mæja hafi verið. Enginn tekur eftir neinu."

„Getur þú það?"

„Auðvitað. Komdu bara með einhvern á morgun, og ég skal sýna þér – segðu mér samt fyrst allt sem ég þarf að vita um Mæju svo ég geti ... hvað skal segja... forritað þessa sem kemur í staðinn."

Pétur stóð úti á miðju gólfi í næstum fimm mínútur og þagði. Svo sagði hann: „segðu mér..."

„Ég er að hlusta."

„Geturðu líka reddað mér sjálfssala?"

„Að sjálfsögðu. Reddaðu mér bara massanum og einni sál fyrir viðvikið."

Pétur samþykkti hann þessa ráðagerð, og hóf að tala nánar við púkann.

***

Pétur fór út með baðvogina um morguninn og vigtaði ruslatunnuna. Hún var ansi þung. Hann var ekki viss um að hann nennti að bera ruslið upp stigann þegar þar að kæmi.

Hann skilaði vigtinni og fór í skólann. Hann hitti Önnu og tvo aðra milli tíma, og þau réðu ráðum sínum. Hann heyrðu útundan sér að einhver vinur Önnu væri að leita sér að herbergi í borginni, og það kveikti

38

auðvitað strax á bjöllunni: „ég get reddað herbergi," sagði hann við Önnu; „það var að losna herbergi í húsinu þar sem ég leigi."

„Er það já," sagði Anna tortryggin.

„Já já. Það er stórt og mikið. Húsgögn fylgja. Ég get sýnt þér það á eftir – eða þú getur bent vini þínum á að hringja í mig og ég get kynnt hann fyrir leigusalanum."

„Já... já ég skal koma og líta á þetta," sagði Anna.

Pétur kinkaði kolli og reyndi að brosa kurteislega.

„Eftir kvöldmat?"

„Allt í lagi. Ég skal vara meðleigjanda minn við. Hann heitir Páll, ef ég verð ekki við..."

Pétur fór beint heim, og fór rakleitt upp í hornherbergið, þar sem hann kallaði á púkann: „ertu þarna?"

„Ég er hér," heyrðist rödd sem kom ekki úr neinni sérstakri átt.

„Já... heyrðu – þessi sem þú átt að breyta í Mæju kemur líklega á eftir eða á morgun, og ég var að hugsa, er í lagi að ég yfirgefi herbergið á meðan þú ert að því?"

„Að sjálfsögðu."

„Ég kem svo kannski með nokkra steina eða eitthvað sem þú getur notað til að smíða sjálfssala þegar ég hef fundið einhvern til þess."

„Komdu bara með það núna svo þú gleymir því ekki."

„Góð hugmynd."

Pétur rauk út, og var kominn hálfa leið niður stigann þegar honum flaug í hug að koma tölvunni sinni og bókunum fyrir í herberginu sínu. Þegar hann var búinn að því fór hann út, tæmdi ruslatunnuna og byrjaði að selflytja ruslapokana inn.

Páll sá til hans þar sem hann kom gangandi, og velti fyrir sér hvað var á seiði. Tunnan lá á hliðinni þegar hann kom að henni, og Pétur var ný-rokinn inn með síðustu pokana. Páll rétti tunnuna við og fór inn.

Dyrnar að hornherberginu voru opnar, og það heyrðist greinilega að Pétur var eitthvað að athafna sig þar inni. Páll fór rólega úr skónum, gekk frá yfirhöfninni og fór svo í rólegheitunum að fikra sig upp stigann, allan tímann með augun á dyrunum.

Hvað gat verið hér á seiði? Þegar Páll gægðist inn sá hann hvar Pétur lá á gólfinu og var að troða ruslapokum undir rúmið.

„Hvað ertu að gera?" spurði hann.

Pétur hrökk í kút. Hann leit við, og sá Pál standa í dyragættinni með mesta undrunarsvip. „Ja, sko..."

„Af hverju ertu að troða ruslinu undir rúmið?"

„Hérna... þetta er ekki rusl."

„Jú, ég sá þig taka það úr tunnunni og bera það inn."

„Eh... þetta er tilraun! Já! Ég er að setja ruslið hér undir rúm til að sjá hve lengi ég þarf að bíða áður en líf kviknar af sjálfu sér í því!"

„Já. Þú ert búinn að lesa yfir þig," sagði Páll, og endurtók meira við sjálfan sig; hann er búinn að lesa yfir sig."

Að svo sögðu sneri Páll sér við og fór í sitt eigið herbergi, vonandi að þetta yrði allt liðið hjá á morgun.

Pétur lá á gólfinu og horfði á eftir honum fara, og beið svo þangað til hann heyrði dyrnar að herberginu hans lokast. Þá hélt hann áfram að troða ruslinu undir rúmið, eða þangað til hann var þess fullviss að það sæist ekki nema eftir því væri leitað sérstaklega.

Þá stóð hann upp, gekk tvo skref til baka og virti rúmið fyrir sér. Það sást ekki í pokana þaðan. Þeir ættu ekki að fara að lykta alveg strax, ekki fyrr en eftir svona tvo daga, með heppni. Pétur fór út úr herberginu og kíkti í námsefnið á meðan hann beið eftir Önnu eða vinkonu hennar.

***

Dyrabjallan hringdi rétt eftir kvöldmat. Pétur fór til dyra. Það var Anna sjálf og smávaxin feitlagin stelpa sem leit út fyrir að vera 16 ára. Pétur heilsaði þeim.

„Hæ," sagði Anna, og benti á stelpuna; „þetta er María."

„Hún virðist ung," sagði Pétur.

„Þetta segja allir," sagði María; „en ég er í raun tvítug."

FIMM FURÐUSÖGUR FYRIR SVEFNINN

„Ein af þeim já," sagði Pétur við sjálfan sig, en benti þeim á að koma inn. „Það er herbergið hér beint fyrir ofan stigann," sagði hann, og leiddi leiðina upp. Hann beið eftir þeim á ganginum þar til þær voru komnar alveg upp, og lauk þá upp dyrunum.

„Vá, það er hvítt," sagði María.

Pétur gaf Önnu illt auga af gamalli venju, grunaði hana um einhverja græsku. Svo elti hann þær inn.

„Og stórt," sagði Anna, ég hélt þú værir að ýkja."

„Ég ýki aldrei. Jæja," hann kveikti ljósið, og herbergið varð jafnvel enn hvítara, svo að nánast stakk í augu; „ef þér líkar þetta get ég látið þig fá símanúmerið hjá leigusalanum. Ég er búinn að segja honum að ég sé að leita að nýjum leigjanda."

„Já... ég þarf að hugsa aðeins um það..." sagði María.

„Á..." sagði Anna.

„Pétur gretti sig; „helv... má ég fara út fyrst?"

Anna stökk fram fyrir hann í tilraun til að sleppa út, en spratt til baka eftir að hafa gripið um hurðahúninn. Hún starði á hendina á sér í forundran. Blóðið lak þar úr flakandi sárum.

Pétur leit á Maríu. Blóð gekk úr vitum hennar, eyrum og augum þar sem hún sat á hnjánum með þvílíkan undrunar og skelfingarsvip að hann hafði aldrei séð neitt slíkt áður. Svo hann leit aftur á Önnu, sem aftur starði á hann, og leit helst út fyrir að ætla sér að lemja hann þegar holdið flagnaði utan af henni og flögraði út í loftið í rauðu mistri.

„Ekki aftur..." sagði Pétur.

Kvalaöskrið í Önnu drukknaði í blóði áður en hún molnaði öll og leystist upp og eindirnar sveimuðu um allt.

Pétur sá ekkert í rauðri þokunni sem varð af þessu fyrr en seint og um síðir hægðist á. Blóði rigndi niður úr loftinu.

„Heyrðu þrjótur, næst vil ég fá að fara úr herberginu áður en þú gerir eitthvað svona," sagði Pétur pirraður.

„Alveg sjálfsagt," sagði púkinn við hann.

Pétur sneri sér við. Þar stóð púkinn og Mæja, alveg eins og hún hafði verið þegar hann sá hana seinast. Mæja brosti eins og ekkert hefði verið að ske. Veggirnir smám saman drukku í sig blóðið og holdtægjurnar. Pétur leit á sjálfan sig, og sá hvernig gorið sogaðist af honum í undarlegum taumum gegnum loftið eitt.

„Hún rankar við sér þegar hún fer út úr herberginu, og man þá vel eftir að hafa verið í fríi aðeins lengur," sagði Púkinn, sem minnti Pétur skuggalega mikið á Pál Óskar í útliti.

„Já..."

Á gólfinu var dularfullt brak, sem Pétur starði forviða á.

„Já, og þetta er sjálfssalinn. Mæja var 68 kíló. Anna var 67, María var 62, ruslið sem þú faldir undir rúmi var 8 kíló. Mig vantar 311 kíló í viðbót."

„Já..."

„Ég skal leifa þér að fara fyrst út næst."

„Gott. Komdu Mæja."

Pétur tók í höndina á Mæju og leiddi hana út. Það var eins og púkinn sagði, það var eins og kviknaði á henni þegar dyrunum var lokað að baki henni, og hún byrjaði að spjalla við hann eins og ekkert hefði í skorist.

Pétri lét sér það vel líka, og fór með hana til foreldra hennar.

***

Það var ekki fyrr en daginn eftir að Pétur áttaði sig á því að hann átti nokkuð ógert.

„Hvar er Anna?" heyrði hann félaga sinn í nemendaráði spyrja annan. Sá yppti öxlum.

Pétur yggldi sig. Anna átti kærasta, foreldra, að minnsta kosti eitt systkin og slatta af vinum. Vinirnir voru strax búnir að fatta að hún var vant við látin. Það tæki varla nema nokkra klukkutíma í viðbót fyrir einhvern að hringja í lögregluna.

Maríu vissi hann ekki deili á, en einhver yrði að koma í hennar stað líka, vegna þess að það var allt eins líklegt að hún hefði sagt einhverjum hvert hún væri að fara. Öll bönd myndu strax beinast að Pétri, alveg óháð því hvort tangur eða tetur fyndist af stelpunum, og þá yrði allur hans pólitíski ferill erfiður.

Á þessu var hinsvegar möguleg lausn. Pétur sóaði ekki tíma, heldur skrópaði til þess að fara niður á Hlemm að leita að rónum. Vegna þess að öllum er skítsama um róna.

Þegar á Hlemm var komið versnaði hinsvegar í því. Þar var nefnilega ekki einn einasti róni. Pétur klóraði sér í hökunni og litaðist um á meðan hann hugsaði þetta aðeins.

„Hvar eru rónar?" spurði hann sjálfan sig.

Augljósa svarið var handan götunnar, á lögreglustöðinni. En Pétur bjóst ekki í alvöru við því að lögreglan færi að afhenda honum róna bæði hann þá um það. Það er víst ekki alveg þannig sem þetta fer fram.

Pétur tók stefnuna upp Rauðarárstíginn. Þaðan lá leiðin inn á Klambratún, en þar hafði hann heyrt að væri hægt að finna róna inní runnum ef vel væri að gáð. Og hann fann vissulega ummerki eftir róna. En enga róna.

Hann var að gefast upp á þessu, og hélt til baka. Hann var kominn yfir Flókagötuna þegar hann kom auga á mann sem gæti alveg verið róni. Maðurinn leit út fyrir að vera ölvaður, mjög útjaskaður og úldinn að sjá, svo Pétur nálgaðist hann. Jú, það var róni.

Pétur spurði hann hvort honum liði vel. Róninn spurði Pétur hvað hann varðaði um það. Pétur sagði honum að sér væri sérlega umhugaðu um líðan allra Guðs kvikinda. Rónanum leist í fyrstu ekkert á Pétur, ekki fyrr en Pétur bauð honum koníak, sem hann lofaði að væri heima hjá sér.

Svo, nokkuð skyni skroppinn af handgerlaeyðis-drykkju, samþykkti þessi róni að fara með Pétri heim.

Þegar þeir áttu um hundrað metra eftir ófarna mundi Pétur allt í einu eftir svolitlu, og nam staðar.

„Býrð þú hér?" spurði róninn.

„Bíddu aðeins..." sagði Pétur, og teygði sig yfir garðinn í ruslatunnu sem þar stóð. Hann tók upp úr henni tvo poka, og rétti rónanum; „hérna, haltu á þessu."

Róninn varð nokkuð forviða á þessari hegðun, þrátt fyrir áfengismóðuna og hungrið sem hrjáði hann, og hann spurði Pétur: „þú ert ekki vistmaður af Kleppi er það?"

„Ha? Nei, nei nei, ég bara... þarf þetta."

Svo gekk Pétur, líka með tvo ruslapoka, sem leið lá heim til sín, og róninn í humátt á eftir. Þegar heim var komið hleypti Pétur rónanum upp á undan sér með ruslið.

„Ertu viss um að þú viljir að ég komi með ruslið inn?" spurði róninn.

„Já, mér finnst það lífga pleisið svo mikið upp," svaraði Pétur þar sem hann klöngraðist upp stigann. Annar pokinn hans var skuggalega þungur,og það gutlaði eitthvað í honum.

„Það er þessi hurð þarna, beint á móti. Hún er ólæst," sagði hann við rónann, sem gaf honum augnatillit sem honum líkaði ekkert of vel við.

Róninn opnaði dyrnar, og virtist á báðum áttum.

„Heyrðu félagi, ertu nokkuð svona hinsegin?"

„Neinei, farðu bara þarna inn og láttu fara vel um þig. Ég kalla í þig."

Róninn gekk inn, hægum, hikandi skrefum, og leit í kringum sig. Þegar hann var kominn inn á mitt gólf henti Pétur pokunum sem hann var með inn og lokaði dyrunum svo. Svo beið hann við hurðina og hlustaði.

Fyrst heyrðist ekkert. Róninn var greinilega ekkert að stressa sig mikið á þessu öllu. Svo liðu sekúndurnar... ein af annarri... og svo: „heyrðu... hvað er að ske? Hvað er í gangi hérna? Hvað er... hver ert þú? Hey! HEY!"

... og svo einhver kokhljóð sem Pétur kannaðist við síðan áður.

***

Pétur fór í eldhúsið og fékk sér kakó til þess að leyfa manninum í hornherberginu að klára sitt. Honum fannst það einhvernvegin smekklegra.

Þegar hann hafði í rólegustu heitum klárað það og skolað bollann, þá rölti hann inn í herbergið. Þar sá hann nokkuð sem hann hafði ekki búist við.

Á miðju gólfinu stóð hvít mannvera, formlaus utan mannformsins, svipað og herbergispúkinn sjálfur hafði verið þegar hann sá hann fyrst. Rétt hjá var brakið af sjálfssalanum, lítillega stærra en áður.

Áður en Pétur gat tjáð sig um þetta fann hann potað í öxlina á sér. Það var maðurinn sjálfur, púkinn.

„Mig grunaði að þú vildir að ég endurgerði aðra hvora þeirra, ég bara vissi ekki hvora. Þú gleymdir alveg að segja mér frá því.“

Pétur opnaði munninn og benti á púkann, og var þannig nokkuð lengi áður en eitthvað vitrænt kom upp úr honum: „já. Einmitt. Þessa hávaxnari fyrst, held ég.“

„Og hvernig persónuleika á hún að hafa?“

„Ja... eins og hún var, það er fínt.“

„Ég þekkti hana ekki.“

„En þú ást úr henni sálina!“

„Gleymt er þá gleypt er.“

„Þú... jájá. Þýðir ekki að rífast við þig.“

„Skarpur strákur.“

„Þegiðu.“

Púkinn virtist glotta, Pétur var viss um það.

„Allt í lagi... hún var frekar tortryggin, alltaf. Mjög reið við mig oftast. Tannhvöss. Þú veist, óttaleg gribba.“

„Og hver á afsökun hennar að vera?“

„Afsökun? Ó, þú meinar af hverju var hún frá í dag? Já... hún fór upp á Akranes. Svaf í bílnum á þvottaplani fyrir utan bensínstöð.“

Púkinn kinkaði kolli; „en hin, þessi litla?“

„Ég þekkti hana ekki neitt. Segjum bara að hún hafi verið venjuleg.“

„Venjuleg?“

„Já, venjuleg, þú veist, 30% geðlaus, 30% í ágætis skapi, 30% á smá bömmer.“

„En hin 10 prósentin?“

„Ha?“

„30+30+30 = 90.“

Ha?"

„Hvað gerir hún þegar hún er ekki geðlaus, í ágætis skapi eða á smá bömmer?"

„Nú, þá er hún á túr."

„Hvað er það?"

„Þá eltist hún við fólk með hníf á lofti er það sem ég meina. Hvaðan ertu eiginlega? Aldrei heyrt þetta áður?"

„Nei. Ég var seinast kallaður fram fyrir tvöhundruð árum. Sitthvað hefur breyst síðan þá. Ég hef það eins og þú segir. Var þetta allt? Hin stelpan fékk miklum mun nánari lýsingu."

„Ég þekkti hana líka mjög vel," sagði Pétur. Hann benti á formlausa líkamann og horfði á púkann. Púkinn kinkaði kolli og hvarf. Þegar Pétur leit aftur á mannklessuna, þá var hún byrjuð að taka á sig mynd Önnu.

„Þetta verður eins og seinast, nema þessi byrjar að virka þegar hún er komin langt frá húsinu. Það er best þannig."

***

Pétur skilaði klóninu hennar Önnu fyrir utan skólann og vonaði að það rataði heim. Mariuklónið varð að bíða því það var áliðið. En færri virtust sakna hennar.

Það var helgi, sem hann giskaði á að væri góður tími til að finna sér nokkra róna, og líka góður tími til að vera ekki að umgangast Önnu. En fyrst þurfti hann að hringja í fólk og ráðskast með það. Allt tengt því að vera í nemendaráðinu.

Allt í einu skaut upp kollinum andstyggileg hugmynd: var nokkuð bjórkvöld eða eitthvað slíkt sem hann var að gleyma?

Pétur leitaði hjá sér um allt, en fann ekkert um slíkt. Hann andaði léttar. Nú var bara að komast að hvar rónarnir héldu sig, og fara að veiða. Fyrsta skref var að tékka á hvar hjálpræðisherinn var með bækistöðvar sínar, svo allar hinar hjálparstofnanirnar. Þegar það var búið, þá var bara að leita uppi tiltölulega þurra staði sem auðvelt væri fyrir hvern sem er að komast á og hafast að yfir nótt.

Já, og kannski væri hugmynd að verða sér úti um flösku af brennivíni. Rónar eru svo hrifnir af svoleiðis.

Þar sem hann var nú kominn með gott plan, gat hann rólegur rifist við félaga sína í gegnum símann. Hann nældi sér í flösku af vodka rétt fyrir lokun og fór á rónaveiðar um kvöldið þegar hann var búinn að safna um þrjátíu kílóum af rusli undir rúmið.

Rónarnir voru ekkert allir á því að elta hann hvorki eitt né neitt, en að lokum féllst einn á það. Skuggalegur maður það, sem var sífellt að klípa Pétur í afturendann. Undir eðlilegum kringumstæðum hefði Pétur æpt á manninn, flúið frá honum eða falið sig, en þar sem hann þurfti hann lét hann sér þetta áreiti lynda að mestu á meðan þeir gengu heim.

Róninn gekk inn í hornherbergið með glöðu geði, og Pétur lokaði á eftir honum og fór og fékk sér kakó.

Þegar Pétur kom aftur inn í herbergið stóð Maríu-klónið þar, alveg eins og María var þegar hún fór inn. Alveg þögul og sviplaus. Sjálfssalinn var farinn að taka á sig mynd.

„Ertu viss um að þú viljir hafa hana eins og þú sagðir?" spurði púkinn.

„Auðvitað. Af hverju ætti ég að vilja hafa hana eitthvað öðruvísi?"

„Ja, þú hefðir til dæmis getað talað við vini hennar. Bara dæmi."

„Þeir fatta ekkert. Fólk spáir ekkert í svona hlutum eins og karakter lengur, nú til dags er allt bara útlit."

„En yfirvöld?"

„Hvernig var eiginlega heimurinn þegar þú sást hann seinast fyrir 200 árum? Nú til dags er yfirvöldum meira en slétt sama."

„Allt í lagi. Verði þinn vilji. Hver er afsökun hennar fyrir að hafa verið týnd eins lengi og hún var?"

„Hún var í fjallgöngu. Týndi símanum sínum á Esjunni."

„Já. Það er ekkert grunsamlegt. Hún rankar við sér þegar hún er á tröppunum heima hjá sér."

Pétur gekk með hana á Hlemm og lét hana upp í leigubíl, sem hann sendi með hana heim.

„Hún er svolítið skrítin þegar hún er full," sagði hann til að afsaka hve doðaleg María var.

Leigubílstjórinn lét sér það nægja og ók af stað.

***

„Hvað er að? Er eitthvað að heima hjá þér?" heyrði Pétur félaga sinn í nemendaráðinu segja áður en hann kom inn.

„Það er ekkert að," svaraði Anna.

„Þú ert búin að vera eitthvað svo fúl út í okkur í allan dag, við héldum að þetta væri kannski eitthvað persónulegt... nei, hvað heldur þú um það, Pétur?"

„Ég sé ekki að hún sé neitt öðruvísi en venjulega," svaraði Pétur þegar hann sá illilegt augnaráðið á Önnu. Sem var rétt. Svona þekkti hann hana. Hann hellti sér smá kaffi og fékk sér sæti.

„Hvernig gengur að finna sjálfssala?"

„Ég fæ einn innan viku, ekkert mál. Ég er með einn á línunni sem segist geta fundið einn fyrir mig."

„Hann lýgur þessu eins og venjulega," sagði Anna.

„Eins og venjulega? Hvað meinarðu með því?" spurði Pétur. Anna yggldi sig. Pétri datt í hug að félagi sinn hefði nokkuð til síns máls, og Anna væri aðeins viðskotaillri nú en áður. Hafði púkinn túlkað það sem hann sagði eitthvað frjálslega?

Pétur varð hugsi. En hann veifaði þeirri hugmynd frá sér. Þetta var bara ein stelpa... nei annars, tvær. Hvaða skaða gat gert að breyta aðeins högum tveggja manneskja? Allt líf tuga manna breytist á hverju ári, bara í Reykjavík. Enginn átti eftir að taka eftir tveimur.

Það var tveimur dögum seinna að Pétur heyrði að kærastinn hefði hætt með Önnu.

„Hún breyttist bara allt í einu, varð bara eins og önnur manneskja," heyrði Pétur hann segja við félaga sinn á öðru borði; „einn daginn var hún ljúf og góð, og svo skyndilega varð hún alger gribba, bara fúllynd og dónaleg."

„Hún var þá kannski ekki að sýna mér sýnar bestu hliðar," sagði hann við sjálfan sig, og hélt áfram að drekka kaffið.
Ekkert við því að gera.

***

Það var morguninn eftir, þegar Pétur var að borða morgunkornið að váleg fregn barst honum í gegnum útvarpið: „lögreglan leitar nú Vignis Ísfeld, en hans hefur verið saknað síðan á föstudag..." og svo kom stutt lýsing á manninum og högum hans, og kannaðist Pétur þar við fyrri rónann.
Pétur klóraði sér í hausnum. Nú var það svona já, hugsaði hann, og fór að reikna þetta út í huganum. Nú yrði hann að redda nýjum róna annað veifið, annars væri hætt við að þetta yrði grunsamlegt. Ekki vildi hann það. Hann hugsaði til þess að rónar áttu það alveg til að hverfa, svona einn og einn á fimm ára fresti eða svo. Og hann þurfti enn tvo eða þrjá í sjálfssalann, með öllu draslinu sem hann hafði verið að safna í skjóli nætur.
Hann var með tuttugu og sex sorppoka, kassa fullan af tómum vínflöskum og vörubretti sem hann hafði með erfiðismunum dregið með sér langar leiðir. Það gerði samanlagt um þrjátíu og eitt kíló.
Og hann þurfti marga róna núna, tvo til þess að dekka þessa tvo róna sem hann notað til að koma í stað Önnu og Maríu, og tvo-þrjá í sjálfssalann. Og svo tvo aðra eftir viku eða svo til að koma í stað þeirra sem þá hurfu, og svo kannski einn...
Eða var það tóm vitleysa? Pétur hristi hausinn. Hann varð bara að gera þetta. Nýtt plan: þegar hann heyrði að maðurinn var horfinn: redda nýjum. Þannig þurfti hann ekkert að hugsa um þetta, fjölmiðlar gerðu það fyrir hann. Hann fór inn í hornherbergi og útskýrði þetta fyrir púkanum: „Tryggvi... má ég ekki annars kalla þig Tryggva?"
„Ég heiti það nú reyndar ekki, en... jú, hvað sem þú vilt."
„Mig vantar tvo róna. Þú manst, alveg eins og þessa sem ég kom með um daginn."

„Ég skil."

„Nema þeir eiga að vera tveim-þrem kílóum léttari en upprunalegu rónarnir. Afgangsþyngdin fer í sjálfssalann."

„Ég skil. Og hvernig menn eiga þeir að vera?"

„Menn?"

„Þeir geta varla verið persónulausir. Var ég ekki búinn að útskýra?"

„Ó já. Heyrðu... annar er svona normal maður, sem finnst voða gaman að vinna, grillar einu sinni í mánuði og finnst gaman af köttum. Hinn er svipaður nema það eru hundar í staðinn fyrir ketti og hann fílar hjólreiðar."

Púkinn horfði á hann.

„Gott?" spurði Pétur.

„Og hvað var hann að gera á meðan hann var týndur?"

„Hann var á Akranesi að finna sjálfan sig."

„Við látum það nægja," svaraði Púkinn.

Pétur heilsaði púkanum og fór út.

Kærastan ætlaði aldrei að koma sér til síns heima um kvöldið, og Pétur var farinn að hafa stórar áhyggjur af því að missa svefn út af þessu róna-máli. Hún sjálf var alveg eins og hann mundi eftir henni, svo hann vissi ekki hvað allir voru að kvarta undan Önnu. Var hún ekki alveg eins og hann mundi eftir henni líka?

Hvað um það, Mæja fékkst til að fara rétt eftir ellefu. Pétur fylgdi henni út í strætó til að vera alveg viss um að hún færi, og þegar hún var komin úr augsýn fór hann strax í rónaleiðangur.

Klukkan var að verða hálf-tvö þegar honum tókst að sannfæra feitt og pattaralegt rónapar til að koma með sér heim og fá súpu og fá að sofa í hlýju og notalegu auka-herbergi sem hann var með.

Þau voru samt tortryggin, og lágu ekki á þeirri skoðun sinni alla leiðina. Batnaði þó skap þeirra þegar Pétur bauð þeim inn og gaf þeim hvoru sína skálina af súpu, alveg eins og hann hafði lofað. Bollasúpu, að vísu, en súpa er súpa.

Svo sýndi hann þeim herbergið. Mikið þótti þeim tilvist vörubrettisins þar undarleg, svo og hins mikla sorphaugs sem var þar úti á miðju gólfi, en Pétur sagði þeim að það væri eftir hina útigangsmennina sem hann hafði boðið heim, og þau létu það sér duga.

Þau fóru inn, og hann út og lokaði á eftir sér. Svo fór hann inn í eldhús og fékk sér kakó.

Hann var ekkert að stúdera rónana þegar hann hleypti þeim út, en leit aðeins á sjálfssalann.

„Þetta gengur of hægt," ávarpaði hann púkann, geturðu ekki bara notað rúmið eða eitthvað?"

„Ég gæti það, en þá þyrftirðu að koma með einhvern til að breyta í rúm seinna."

„Af hverju?"

„Ættingjar félaga þíns gætu viljað ná í það aftur."

„Já... allt í lagi, ég finn meira rusl."

Og Pétur fór út að leita að rusli.

Kristján gamli stóð við gluggann og horfði á Pétur athafna sig við ruslatunnuna.

„Ég held hann þessi sé eitthvað ruglaður í hausnum," sagði hann við konuna sína; „þetta er örugglega þriðja skiptið sem ég sé til hans vera að tína upp úr ruslatunnunni hjá okkur."

„Eftir hverju er hann að sækjast?"

„Ég veit það ekki. Ég lét engar dósir þarna. En þú? Hefur þú nokkuð verið að setja áldósir í ruslið?"

„Nei. Það hef ég ekki verið að gera."

Úti hélt Pétur áfram að týna úr tunnunni. Hann hafði verið að ræna sorpi síðan rétt fyrir miðnætti, og var þegar kominn með tólf kílóa haug inni í herbergi. Þetta sorp var engan vegin nógu þungt.

Um klukkan tvö hafði hann safnað þrjátíu kílóum af allskonar drasli, og lyktaði það fram á gang. Þá settist hann niður og fór að hugsa. Það hlutu að vera þyngri hlutir þarna úti. Þetta snerist jú allt um þyngd virtist vera. Þá mundi hann eftir því að úti í garði við eitt hornið var stafli af gangstéttarhellum. Það var enginn að nota þær. Enginn myndi sakna þeirra.

Pétur fór út og sótti hellurnar, eina af annarri, og lét þær á gólfið. Við fimmtu og síðustu helluna var hann orðinn alveg dauð-uppgefinn, og fór í sitt eigið herbergi til að sofa.

***

Tveimur rónum seinna var sjálfssalinn tilbúinn, og Pétur hringdi í sendibíl og lét skutla honum í skólann.

„Ertu kominn með annan sjálfssala? Af hverju?"

„Já, allir eru löngu búnir að gleyma þessum sjálfssala," sagði Anna, óvenju pirruð, jafnvel fyrir Önnu.

„Heyrið, þegar ég segist ætla að redda einhverju, þá geri ég það," sagði Pétur, og klappaði sjálfssalanum; „hvar viljiði nú hafa hann?"

„Æ, ég veit það ekki," sagði félagi hans; „bara hér inni. Þetta er örugglega eina herbergið sem er ekki með sjálfssala núna."

Pétur lét mennina ýta sjálfssalanum út í horn, og fékk sér svo sæti, mjög montinn með sjálfan sig.

Sjálfssalinn kom vel út, það var víst, eini gallinn var að þau urðu sjálf að redda sér drykkjum í hann, sem kom reyndar á daginn að bauð upp á skemmtilegan möguleika, nefnilega þann að fylla hann af bjór.

Naut nú Pétur mikilla vinsælda fyrir vikið, og kom sér vel áfram uns hann útskrifaðist vorið eftir, og fór að starfa á lögfræðistofu úti í bæ. Þar með hafði hann efni á að halda herbergjunum sínum á leigu aðeins lengur.

Mæja sætti sig alveg við að vera þar, enda alveg forrituð af honum frá A til Ö.

Annarsstaðar í bænum sat hinsvegar rannsóknar-lögreglumaðurinn Jónas, og velti fyrir sér undarlegu máli sem sótti æ meir á hann.

Hann var búinn að safna öllum gögnunum saman í núna tvær möppur, og var að auki með sér folder í tölvunni sem hann hélt uppá efni þessu tengt. Hann var að bæta við þetta safn nýjustu gögnunum, þegar félagi hans sagði við hann: „hvað ertu að halda uppá þetta? Það er ekkert mál þarna, þú ættir að nota tímann í eitthvað uppbyggilegra."

„Það er víst eitthvað bogið við þetta," svaraði Jónas og lokaði möppunni.

„Hvernig þá? Þetta eru bara einhverjir rónar að týnast. Svo finnast þeir aftur. Ekkert gerist."

„Jú, það er eitthvað á seyði – fyrst, þá koma þeir alltaf í leitirnar einum eða tveimur dögum eftir að við tilkynnum um hvarf þeirra í fjölmiðlum. Og þeir segja allir þegar þeir finnast að þeir hafi verið á Akranesi. Í kjölfarið hætta þeir svo undantekningalaust að drekka og fara að vinna og lifa nokkuð eðlilegu lífi."

„Er það ekki í lagi? Er ekki batnandi mönnum best að lifa?"

„Ég meina, hvað er eiginlega svona merkilegt á Akranesi?"

„Þú ættir kannski bara að fara í kaffipásunni og tékka á því," svaraði vinnufélaginn, og sneri sér til að fara út.

Jónas klóraði sér á hökunni. Hann ákvað að kíkja upp á Akranes og rannsaka þetta. Jafnvel þótt ekkert vafasamt væri í gangi, þá var samt mjög mikilvægt að komast að því hvaða undur skipaskaginn hafði uppá að bjóða sem gátu læknað alkóhólisma.

Jónas ákvað því að taka vinnufélaga sinn á orðinu, og keyrði sem leið lá upp á Akranes. Hann stoppaði á helstu sjoppunum, sundlauginni, á hótelum og gistiheimilum og spurðist fyrir, sýndi afgreiðzlufólki og fastakúnnum myndir, en allt kom fyrir ekki. Hann þvældist þar í þrjá tíma áður en hann gafst upp og sneri við.

Á leiðinni til baka velti hann málinu vel fyrir sér. Það var ekkert vit í því. Hann fór aftur yfir í huganum það sem hann vissi um málið: rónar hurfu, héldust týndir í allt að tíu dögum – eða þangað til eftir að búið var að lýsa eftir þeim í fjölmiðlum, birtust aftur breyttir menn og sögðust hafa verið á Akranesi. Og nú vissi Jónas að þeir höfðu ekki verið á Akranesi, einhver hefði tekið eftir þó ekki væri nema einum þeirra þar.

Jónasi kom til hugar að einhver væri að breyta þeim öllum í vélmenni, en veifaði þeirri hugmynd frá sér vegna þess að honum þótti hún fáráðleg. En í stað hennar kom önnur hugmynd, sem hann varð að skoða betur.

Hann fór strax og skoðaði skýrzlurnar betur, og sá að hugboð hans hafði verið rétt: í hvert sinn sem einn róni hvarf, þá birtist annar týndur, og þegar hann birtist aftur hvarf annar. Og þetta átti sér allt stað í grennd við miðborgina, þó allir rónarnir birtust aftur á Hlemmi.

Jónas velti vöngum yfir þessu. Hann gat varla skipað félögum sínum að fylgjast með rónum niðri í bæ. Þeim fannst nógu mikil vitleysa í honum að velta sér upp úr þessu máli til að byrja með. Svo hann varð að gera þetta einn. Það yrði tímafrekt – þó hver róni væri bara týndur í stutta stund, þá voru þeir margir, og að fylgjast með rétta rónanum á réttum tíma væri svolítið eins og að vinna í happadrætti.

En þar sem forvitnin var að drepa hann ákvað hann samt að hrinda áætluninni í framkvæmd. Svo hann beið rólegur eftir að einhver tilkynnti um hvarf róna.

***

Jónas dundaði sér við það í tvær vikur að leita uppi og skrá hjá sér hvar rónar héldu sig venjulega. Svo tók við langt tímabil þar sem hann reyndi mismunandi leiðir við að fylgjast með þeim. Svo var það eina nóttina, fyrir algjöra tilviljun að hann kom auga á mann vinda sér upp að einum rónanum, og taka hann á tal.

Jónas laumaðist nær til að sjá hann betur, og sá þá að þetta var vel klæddur, nokkuð ungur maður. Ungi maðurinn gekk með rónanum að spánnýjum svörtum jeppa, sem þeir stigu um borð í og óku á brott.

Jónas skrifaði númerið á jeppanum hjá sér.

Það kom á daginn að eigandi bílsins var einhver lögfræðingur sem hét Pétur. Sá bjó í ágætlega fínu hverfi, en leigði tvö herbergi í ekki svo fínu hverfi, af einhverjum ástæðum. Jónas velti vöngum yfir því.

Hann ók framhjá húsinu þar sem Pétur leigði, en sá þar ekkert óvenjulegt. Bílinn hans Péturs var þar ekki heldur, né nokkursstaðar nálægt.

Jónas lagði sínum bíl eins nálægt og hann gat, og fór og bankaði uppá. Til dyra kom þreytulegur náungi, rétt skriðinn yfir tvítugt.

„Er Pétur við?" spurði Jónas eftir að hafa kynnt sig.

„Nei. Hann kemur sjaldan hingað. Viltu skilja eftir skilaboð?"

„Nei – segðu mér, veistu hvað hann gerir hérna?"

„Hef ekki hugmynd. Ég hef bara hitt hann tvisvar síðan ég flutti hingað. Hann leigir hornherbergið og hefur aðgang að eldhúsinu. Það er allt sem ég veit."

„Og þú hefur ekkert orðið hans var á annan hátt?"

„Jú, ég heyri stundum í honum. Hann kemur á nóttunni, kannski tvisvar – þrisvar í mánuði. Alltaf á nóttunni, fer með eitthvað inn í herbergi og fær sér svo kaffi, held ég."

„Og svo?"

„Ég er ekkert að hnýsast um hann."

Jónas kinkaði kolli, kvaddi drenginn, og fór. Hann keyrði sem leið lá að heimili Péturs, lagði bílnum þar rétt hjá og beið eftir að hann kæmi heim. Hann náði að hangsa þar í næstum korter áður en lögreglustjórinn hringdi í hann til þess að vita hvað hann væri eiginlega að slæpast.

„Hvaða rónamál?" spurði lögreglustjórinn þegar Jónas hafði skýrt mál sitt; „það er ekkert rónamál, það er ekkert í gangi. Komdu aftur hingað á stöðina, við erum með haug af verkefnum fyrir þig sem eru öll mikilvæg."

„En..."

„En ekkert. Hugsaðu aðeins maður; hver er glæpurinn?"

„Það er einmitt það sem ég ætlaði að komast að..."

„Jónas, það var enginn myrtur, engum rænt, enginn barinn, það eru engin fíkniefni í spilinu. Þetta mál þitt er ekki til. Komdu hingað á strax eða farðu að leita þér að vinnu."

Jónas samþykkti með semingi að fara til baka. Á leiðinni út úr hverfinu sýndist honum hann sjá Pétur koma keyrandi. Hann var einn.

Jónas sá að ef hann vildi fá botn í þetta yrði hann að gera það utan vinnutíma.

***

Svefnleysi ætti ekki að verða vandamál, hugsaði Jónas með sér, því það var ákveðinn taktur á atburðarásinni, sem hann þurfti bara að fylgjast með. Um leið og næst róni var tilkynntur sem horfinn, þá fór hann og fylgdist með Pétri.

Hann þurfti ekki að bíða lengi, því Pétur tók við sér fyrir miðnætti sama dag og tilkynningin kom, og fór á rúntinn.

Hann rúntaði um í klukkutíma með Jónas fast á eftir sér, uns hann fann róna, sem hann fékk til að koma með sér.

Jónas elti Pétur sem leið lá að þessum leiguherbergjum sem hann hafði, lagði bíl sínum við fyrsta tækifæri og skokkaði á vettvang. Hann kom rétt nógu snemma til þess að sjá þá fara inn. Hann beið um stund, en laumaðist svo inn í garð til að athuga hvort hann sæi ekki inn um gluggann.

Það var kveikt í hornherberginu, en slökkt í öllum hinum herbergjunum. Jónas fór lengra inn í garð til að sjá betur inn. Hann sá bara loftljósið. Svo varð allt skyndilega þakið rauðu mistri. Jónas vissi ekki hvað hann átti að halda um það. Það var eins og það hefði orðið einhverskonar sprenging – Jónasi datt í hug reyksprengja eða þá að Pétur hefði kveikt á garðúðara fullum af rauðlituðu vatni. Hvað sem það var hegðaði það sér eins og reykur þar til það þéttist á gluggunum og lak niður í taumum, líkt og vatn. En þá var það undarlegasta enn eftir: þegar rauði vökvinn var kominn út um allt, og búinn að leka að mestu af rúðunum, var eins og herbergið drægi hann í sig, svo það varð aftur eins hreint og eins hvítt og það var áður en ósköpin hófust.

Jónas hristi hausinn yfir þessu, og kom sér úr garðinum til þess að sjá betur þegar Pétur færi út. Að því gefnu að hann svæfi ekki þarna.

Hann faldi sig bakvið hornið á húsinu á móti, og beið.

Hann var þar í næstum tuttugu mínútur, fylgdist með klukkunni og skalf af kulda. Þá kom Pétur út. Og með honum var einhver. Jónasi flaug í hug róninn sem hann hafði tekið með. Þarna var komið að því, nú sæi hann hvar Pétur geymdi þessa róna í viku, áður en hann sleppti þeim.

En þegar þeir komu nær sá Jónas að þetta var einmitt róninn sem hafði horfið í vikunni áður.

Grunsamlegt. Og skrítið. Jónas horfði á þá, þar sem þeir gengu að bíl Péturs. Pétur gaf manninum eitthvað, og leyfði honum að fara sína leið, en ók sjálfur í burt á bílnum sínum.

Jónas gaf Pétri tíma til að hverfa úr augsýn, og hélt þá á eftir rónanum.

„Afsakið…" sagði Jónas, og potaði í bakið á rónanum.

Róninn sneri sér við. Jónas kannaðist eitthvað við kauða, og hallaði út á flatt meðan hann velti fyrir sér af hverju.

„Já?"

„Hvar hefur þú verið undanfarna viku?"

„Ég? Ég var á Akranesi."

Jónas starði á manninn, sem hann þekkti af myndum.

„Hvað varstu að gera inni í þessu húsi?" spurði hann og benti á húsið þar sem Pétur leigði herbergin.

„Hvaða húsi? Ég var bara að labba hérna."

„Bara að labba? Bíddu – þú komst út úr þessu húsi þarna, með manni sem steig svo upp í bíl sirka þarna," sagði Jónas og benti þangað sem Pétur hafði lagt jeppanum sínum; „og keyrði í burtu."

„Varst þú að fylgjast með mér?"

„Já, við erum búin að vera að leita að þér í viku."

„Ég var bara uppi á Akranesi."

Jónas klóraði sér í höfðinu, augun uppglennt af undrun.

„Ég þarf að segja fólkinu frá að þú sért fundinn."

***

„Það var ágætt hjá þér að finna manninn," sagði Lögreglustjórinn við Jónas; „en samkvæmt honum sjálfum var hann ekki týndur."

„En það getur ekki verið að hann hafi verið uppi á Akranesi, ég er búinn að athuga það, það kannast enginn við að neinn af þessum rónum hafi verið þar. Nokkurntíma."

„Við getum ekki efast um það sem maðurinn sagði."

„Ég veit hvað ég sá. Ekkert af því sem ég hef komist að styður það sem þessi maður, eða nokkur annar segir. Þeir eru allir að ljúga."

„Hvað heldur þú þá að sé á seyði?"

„Hef ekki hugmynd. Kannski er Pétur þarna að dáleiða þessa menn í einhverjum tilgangi, og geymir þá á meðan í leiguherberginu sínu... ég bara veit það ekki."

Lögreglustjórinn hristi höfuðið; „ég held að þú þurfir að komast í frí."

„Frí? Nei, ég þarf bara að komast til botns í þessu."

Lögreglustjórinn andvarpaði; „gerðu það á þínum eigin tíma. Og ekki gera okkur að athlægi, það kæmi sér illa fyrir þig."

Jónas þagði og kinkaði kolli. „Jæja," sagði hann við sjálfan sig; „ég var þó ekki rekinn rétt áður en mér tókst að leysa málið, það hefði verið asnalegt." En hann hafði verið að spá í þessu, honum sýndist sem eina leiðin væri að plata einhvern annan í þetta með sér. Hann hafði fórnarlamb í huga.

Einmitt þá mætti fórnarlambið. Það var einn af nýju gaurunum, nefndur Haraldur. Jónas fletti honum upp í tölvunni og kynnti sér vaktaplanið hjá honum. Nú vantaði bara smá heppni – eða annað fórnarlamb, til vara.

Að lokum skoðaði Jónas vaktaplan allra á stöðinni til að finna aðra til að plata með sér, og fann tvo eða þrjá aðra sem hann gæti notað ef Haraldur brygðist.

Það kom þó á daginn að Haraldur var laus þegar lýst var eftir næsta róna.

„Halli, ertu laus í kvöld?" kallaði Jónas þegar hann sá til Haralds.

Haraldur yppti öxlum.

„Þýðir þetta já eða nei?"

Haraldur yppti öxlum.

„Segjum að þetta þýði já. Ég dreg þig með mér á eftir."

„Af hverju?"

„Steikát."

„Steik? Fínt. Ég mæti."

Haraldur rölti sína leið. Jónas hafði heldur illan bifur á honum, en hann varð að duga. Það varð að vera vitni að þessu, hvað sem þetta eiginlega var. Hann hugsaði aðeins betur um þetta, og flaug í hug að ef ekkert glæpsamlegt væri á seyði, þá væri hann lentur í smá klípu. Það yrðu spurningar. Hvað var hann að njósna um þennan Pétur? Svona til dæmis. En ekki þýddi að hugsa um það.

Um níu leitið náði Jónas í Halla, og þeir óku sem leið lá að hverfinu þar sem Pétur bjó. Þar lögðu þeir bílnum við útkeyrzluna úr botnlanganum hans, og biðu.

„Hvað á þessi náungi að hafa gert?" spurði Halli.

„Hann er... glæpon. Það er það eina sem þú þarft að vita."

Halli yppti öxlum.

***

Klukkan var að verða tólf þegar þeir sáu jeppann hans Péturs koma út úr botnlanganum. Hann fór ekki hratt yfir, gaf stefnuljós og ók svo framhjá þeim.

„Allt í lagi, þá er komið að okkur," sagði Halli og glotti.

Jónas sagði ekkert, heldur ók af stað beint af augum, rakleitt í öfuga átt.

„Ætlarðu ekki að snúa við? Hann er að fara í hina áttina..."

„Ég veit hvert hann er að fara. Hann fer alltaf á sama stað," sagði Jónas rólegur, og hélt áfram leið sinni.

Það tók innan við korter að komast á áfangastað. Jónas fann stæði steinsnar frá íbúð Péturs og lagði þar. Allt var slökkt þar nema í anddyrinu, og í einni og einni íbúð hér og þar um hverfið.

„Við erum komnir," sagði hann, eins og við sjálfan sig.

„Hvað er hér?"

„Hingað kemur hann alltaf. Ertu með græjurnar?"

„Hvaða græjur? Ah... þú meinar..."

Halli opnaði hanskahólfið og fann þar til tækin til þess að klóra upp lásinn.

„Þetta er nú farið að vera á svolítið gráu svæði," sagði hann.

„Þetta verður þess virði," sagði Jónas, opnaði dyrnar og fór út.

59

Þeir gengu rakleitt að húsinu, og prófuðu dyrnar. Það var læst. Hann gældi við það eitt augnablik að hringja bara dyrabjöllunni, en hætti við það: „heyrðu, við skulum ekki vera að blanda öðru fólki í þetta mál," sagði hann við Halla, og gaf honum bendingu að opna bara dyrnar með græjunum.

Halli hristi bara hausinn, og mundaði tækin. Það tók litla stund að pikka upp lásinn, og þeir laumuðust inn. Inni var þögn. Þeir lögðu dyrnar varlega að stöfum aftur svo small í lás áður en þeir sneru sér að stiganum.

„Það er herbergið hér beint fyrir ofna stigann," sagði Jónas lágum rómi.

Halli kinkaði kolli.

„Þú skalt fara á undan og opna dyrnar, og svo fer ég inn og skoða hvað er þar."

Halli horfði á hann spyrjandi.

„Það er óþarfi að þú sporir vettvanginn út líka, svona ef eitthvað skildi finnast."

Halli dæsti bara, og gekk upp, hljóðum skrefum, og Jónas fylgdi honum fast á eftir. Þetta var steinhús, svo það þurfti engar áhyggjur að hafa af einhverju marri í stigum eða braki í samskeytum.

Jónas var með flugur í maganum, vitandi það að hann yrði rækilega skammaður ef það kæmi á daginn að þetta var ekkert, og það var heldur ekkert víst að hann slyppi við skammir þó það kæmi á daginn að þarna inni leyndist eiturlyfjaverksmiðja af einhverju tagi.

Halli var ekki lengi að opna dyrnar. Hann reisti sig upp, og bauð Jónasi að fara inn. Jónas kinkaði til hans kolli, vonaði það besta, og ýtti upp hurðinni. Það var niðadimmt inni, en þar var allt hvítt sem dró aðeins úr myrkrinu.

Hann steig inn og litaðist um. Hann sneri sér við, fann ljósarofann, og kveikti ljósið. Allt var vissulega hvítt, svo það varð ónáttúrulega bjart þarna inni. Myrkrið fyrir utan varð allt í einu miklu meira þrúgandi, og há tréin fyrir utan gerðu sitt til þess að byrgja mest ljós frá öðrum húsum og ljósastaurum, svo allt utanaðkomandi ljós hvarf nánast í glampann af innanstokksmunum.

FIMM FURÐUSÖGUR FYRIR SVEFNINN

Jónas hallaði aftur hurðinni og gekk inn í mitt herbergi. Hann stóð þarna við rúmstokkinn og leit í kringum sig.

Hann hafði aldrei staðið á svona loðnu teppi áður. Eða séð herbergi þar sem ekkert var öðruvísi en hvítt. Hvítt allstaðar.

„Hvað get ég gert fyrir þig?" heyrðist rödd fyrir aftan hann.

Jónasi dauðbrá, og hann snarsneri sér við. Ekki varð honum minna bilt við þegar hann sá þennan líka skjannahvíta mann standa þarna í horninu, rétt utan seilingar.

Jónas stóð og starði á manninn nokkur andartök, og maðurinn horfði rólegur á móti. Honum fannst þessi maður allur hinn undarlegasti, allur svona í stíl við herbergið. Hann var eins og gifsstytta. Og hann minnti Jónas á einhvern, sem hann gat ekki alveg komið fyrir sig.

„Og hvað er það sem þú gerir?" spurði Jónas loksins.

„Ég endurforma veruleikann í skiptum fyrir sálir."

„Það var og."

„Og hvers óskar þú helst?"

„Ja... ég væri alveg til í bjór."

„Bjór skal það þá vera. Þá er það eina sem mig vantar efni og sál."

„Já. Þú segir nokkuð..."

***

Pétur kom auga á róna að týna dósir uppúr ruslafötu við strætóskýli ekki langt frá, og var ekki lengi að tæla hann uppí bíl til sín.

Það tók aftur lengri tíma en hann hafði reiknað með að finna stæði við íbúðina. En það hafðist, og hann teymdi rónann á eftir sér eins hratt og róninn komst án þess að velta um koll.

Hann varð ekkert var við að það var kveikt í hornherberginu þegar hann kom að húsinu. Hann var með lyklana tilbúna þegar hann kom að dyrunum, og það tók hann enga stund að opna og hleypa rónanum inn.

Honum sýndist hann sjá einhvern fela sig bakvið horn þegar hann kom inn, en hugsaði sem svo að þar myndi meðleigjandinn vera. Og hverjum var ekki sama um hann? Hann mundi ekki einu sinni hvað kauði hét.

„Bíddu hérna," sagði hann við rónann, sem stóð ringlaður og horfði á hann; „ég ætla að fara inn á undan og kveikja ljósið fyrir þig. Tekur enga stund."

Hann skokkaði svo upp tröppurnar, og var ekkert að líta til hliðar inn ganginn þar sem Halli stóð í skugganum og vissi ekki hvað hann stóð veðrið. Hann varð nokkuð hissa þegar dyrnar lukust upp við það að hann reyndi að setja lykilinn í skrána, og það fór heldur um hann þegar hann sá að það var kveikt inni.

Hann var orðinn reiður þegar hann ýttu upp hurðinni og þrammaði inni.

„Hver í helvíti ert þú svo?" ávarpaði hann Jónas, sem stóð heldur ráðvilltur í nánast miðju herberginu.

Púkinn horfði á Pétur, svo á Jónas. Hann var alveg svipbrigðalaus. Jónas horfði beint í augun á púkanum, og svo á Pétur.

„Verði þinn vilji," sagði púkinn.

„Hvað hafiði tveir verið að makka hér inni?" hvæsti Pétur. Hann heyrði dyrnar skella í lás bakvið hann.

Jónas og púkinn horfðu báðir á hann. Jónas undrandi, púkinn svipbrigðalaus.

„Þetta er mitt herbergi!" tilkynnti Pétur, ég hringi í lögregluna!"

Og hann tók upp símann sinn, og byrjaði að fikta í honum, þegar hann varð var við ónotatilfinningu í iljunum.

„Hvað er þetta?" Hann leit niður. Ekkert sérstakt var að gerast. „ ... ó..." Hann leit upp frá gólfinu. Svipurinn breyttist úr reiðisvip í undrun. Hann leit á Jónas, sem virtist enn meira hissa á öllu saman. Hann byrjaði að gretta sig af sársauka. Það var farið að blæða úr fótleggjum hans svo mjög að það lak undan buxna-skálmunum og niður í teppið. Hann missti símann. Það var farið að blæða úr hárfínum sárum á höndunum. Sárin víkkuðu smám saman fyrir augunum á honum. Svo blæddi í augun á honum, og hann hætti að sjá.

Jónas sá húðina, og svo holdið taka að vefjast utan af honum, fyrst hægt, en svo eins og blómstraði það utan af beinunum og leystist upp í þykka rauða þoku sem barst um allt herbergið.

Þegar þokan gekk niður sá Jónas að herbergið var orðið alrautt, eins og það hafði verið alhvítt nokkru áður. Þannig var það þó ekki lengi, vegna þess að það var eins og veggirnir drykkju það í sig á fáeinum sekúndum, uns þeir urðu aftur jafn hvítir og áður. Sama gilti um húsgögnin og teppið.

Jónas stóð einn eftir, löðrandi í blóði. Hann litaðist um. Herbergið var skjannahvítt eins og áður. Hvíti maðurinn var horfinn. Á gólfinu við hliðina á rúminu voru sjö kassar fullir af ómerktum, glansandi hálfs-líters áldósum. Þetta var í tveimur stöflum.

Jónas rámaði ekki í að þessir staflar af dósum hefði verið þarna áður. Hann gekk að þeim og tók eina. Hún var full af einhverju. Hann opnaði dósina, og þefaði. Það var bjór.

Jónas fékk sér sæti á rúmið, og fékk sér vænan sopa af bjórnum. Þetta var mjög góður bjór, hugsanlega besti bjór sem hann hafði fengið. Og vel svalur líka.

Hann leit á hendina á sér. Hún var öll löðrandi í blóði, sem og hann allur sjálfur, eins og hann fann vel. Hann fékk sér annan sopa af bjór.

Hann vissi ekki hvernig hann ætti að útskýra þetta. Nema þá helst að segja bara Halla að þetta hafi verið eitthver hrekkur, og gauka að honum smá bjór.

Endir